ĐẠO PHẬT
XÃ HỘI CHỦ NGHĨA

ĐẠO PHẬT XHCN

Biên khảo: Lạp Chúc Nguyễn Huy

Bìa: Uyên Nguyên Trần Triết

Dàn trang: Đỗ Huỳnh Đăng Ngọc

Nhân Ảnh xuất bản 2024

ISBN:979-8-8693-9511-5

ĐẠO PHẬT

XÃ HỘI CHỦ NGHĨA

(Phụ lục : Chi phái Cao Đài 1997)

Lạp Chúc Nguyễn Huy

Khuôn viên chùa Ba Vàng

Nhân Ảnh
2024

MỤC LỤC

DẪN NHẬP

Khi tiến vào miền sông Cửu, lưu dân Việt đối diện với một môi trường thiên nhiên "*Tới đây xứ sở lạ lùng/Con chim kêu cũng sợ, con cá vùng cũng ghê*", " *Muỗi vắt nhiều hơn cỏ, chướng khí mù như sương* ". Để thích ứng với môi trường đó cùng với đa số lưu dân mù chữ phải vật lộn chinh phục vùng đất mới hoang dã, đao Phật cổ truyền đã phân lưu **biến thể tự nhiên** thành đạo Bửu Sơn Kỳ Hương, Phật giáo Hòa Hảo. **Các tôn giáo mới này** đã canh cải đạo Phật, bỏ lễ nghi phiền toái và đơn giản hình thức đến độ không cần tượng Phật **nên rất thích ứng với đời sống người nông dân đi khai hoang lập ấp tại vùng sình lầy phèn đọng, rừng hoang**[1] với nỗi lo sợ mùa mưa "*nước nổi*" quá cao, mùa

1 Đạo Bửu Sơn Kỳ Hương thích ứng với môi trường khắt khe bằng: không đi chùa, tu ở đâu cũng được,
- Đơn giản hóa thờ cúng đạo Phật : trên ngôi thờ tam bảo chỉ cần một tấm Trần Điều màu đỏ treo trước tường chính điện thể hiện tứ ân, không ly gia cắt ái, không cần ăn chay,
- Tu theo đạo Phật, nhưng không cạo đầu, không áo cà sa...không cần phẩm cúng bông hoa chỉ cần nước lã là đủ, nội dung giáo lý đơn giản phù hợp với hoàn cảnh và trình độ của nông dân,
- Lập nên những trại ruộng như ở Cần Lố (Đồng Tháp Mười) Láng Linh (Châu Phú), Thới Sơn (Tịnh Biên) ...**để giúp dân vừa tu vừa khẩn hoang miền đất hoang vu.**
Phật Giáo Hòa Hảo
Thờ phượng rất đơn giản:
- Ngôi thờ Tam Bảo tương trưng bởi tấm " *Trần Điều* " **(miếng vải mầu nâu) tức thờ Thập phương Phật, Pháp, Tăng.**
- Đồ cúng, chỉ cúng nước lạnh trong sạch, bông hoa và nhang để cúng Phật còn bàn thờ Cửu Huyền Thất Tổ thì cúng chay, bánh trái thức ăn chay.
- Còn về giáo lý, Đức Thầy đã viết Kinh mới dưới dạng thơ lục bát hay thất ngôn, với những danh từ đơn sơ đọc lên là hiểu ngay.

nắng "*phèn dậy*" quá nhiều làm mất mùa.

Trái lại, sau ngày 30/4/1975 ở Việt Nam, để thích ứng với môi trường chính trị kinh tế XHCN, đạo Phật đã trải qua 3 thời kỳ biến thể sau:

1. **Biến thể theo chiều hướng chính trị**. Năm 1981, Giáo hội Phật giáo Việt Nam thống nhất của phật giáo Ấn Quang bị giải tán và biến thể thành Giáo hội phật giáo Việt Nam cho phù hợp với chính trị XHCN. Sự biến thể được nhận diện qua các điểm sau:

- Chùa và tăng ni đặt dưới sự quản lý của nhà Nước cộng sản,

*- Tuân theo tôn chỉ "Đạo pháp, dân tộc, **xã hội chủ nghĩa**" nên người dân gọi là Đạo Hồ, đạo Phật XHCN tức Phật giáo quốc doanh khoác áo cà sa xã hội chủ nghĩa*

2. **Biến thể theo chiều hướng kinh doanh tâm linh.**

Từ năm 1986 chuyển sang kinh tế tư bản, nhiều quan chức và nhà kinh doanh trở nên giàu có hợp tác cùng nhau xây cất nhiều ngôi chùa khổng lồ mang đặc tính sau:

- *Chùa là sàn giao dịch kinh doanh tâm linh* (tổ chức du lịch, cúng lễ để kiếm tiền),

- Chùa là địa bàn thần thánh hóa Hồ Chí Minh,

- Sư là một nhà thương mại,

- Đi tu là một nghề được nhà Nước đào tạo.

3. **Biến thể theo tín ngưỡng cổ truyền.** Bối cảnh tín ngưỡng đặc thù sau thời kỳ đổi mới năm 1986 là:

- Sự trống rỗng văn hóa tâm linh sau khi văn hóa XHCN bị bại trận bởi văn hóa cổ truyền của cha ông chúng ta

truyền lại[2],

- Nhu cầu tín ngưỡng của cán bộ và dân theo cộng sản là ***thờ vong linh một vị thánh thần cộng sản*** *thay cho thánh thần cổ truyền.*

Bối cảnh tâm linh trên là động cơ thúc đẩy một số người cộng sản tạo dựng nên đạo Phật xã hội chủ nghĩa[3] và coi **Hồ Chí Minh là Phật**:

Đạo Bác Hồ (1992),

Thánh Minh Vì Dân Tộc (1992),

Ngọc Phật Hồ Chí Minh (1993),

Đạo Hoàng Thanh Long (1993)

Các đạo Phật XHCN đều có điểm chung:

1. Tôn vinh Hồ Chí Minh làm giáo chủ, là **Phật Di Lặc,** là **Bồ Tát** như *Báo Nhân Dân ngày 22-1-1997)* viết *"Bác Hồ là Bồ Tát, là vị La hán, bởi vì Người đã dành tất cả cho mọi người, không giữ gì riêng cho mình cả. Cuộc đời và sự nghiệp của Bác Hồ như đóa sen giữa rừng hoa dân tộc Việt Nam, hội tụ đức tài của đất nước".*

2. Giáo lý mang màu sắc Phật giáo.

Trong kinh sách của đạo Ngọc Phật Hồ Chí Minh, dấu ấn phật giáo được nhận thấy trong kinh sách:

---

2 Lạp Chúc Nguyễn Huy, Nội chiến văn hóa Bắc Nam 1975-1986 trên đất Việt, Nhân Ảnh XB 2022, hiện bán trên Amazon cùng với ấn bản anh ngữ Cultural Civil War Between North and South (1975-1986) In Vietnam của GS Vĩnh Thế Lâm, cựu giáo sư ĐH Vạn Hạnh và University of Saskatchewan và ấn bản pháp ngữ Guerre civile culturelle entre le Nord et le Sud au Vietnam (1975-1986) của L.J. Dorais, professeur émérite, Uni. Laval, Canada

3 Các thầy Phật giáo Ấn Quang gọi là " *Hồn Trương Ba da hàng thịt* " theo sự tích hồn Trương Ba được vua cờ Đế Thích cho sống lại trong xác thân anh hàng thịt mới chết để diễn tả đạo Phật có hồn Phật giáo trong thân xác XHCN

- Quyển kinh số 25[4] (Kinh Đức Ngọc Phật Hồ Chí Minh) có câu:

Để con thỉnh Ngọc Phật (HCM) ngự nơi

Ba Đình ướp xác, ***hồn thời cõi Tiên****.*

- Đạo Hoàng Thiên Long khuyến nhủ tín đồ thờ Phật Việt Nam tức Hồ Chí Minh, không thờ thần phật ngoại bang. Điều này được giải thích trong bài "*Phật Ngoại Ra Đi, Phật Việt Nam Ở Lại!*"[5]

Nay, thế kỷ đã thời chuyển dịch
Sự giao ban đã rất rõ ràng
Phật ngoại bang *đã không còn phép*

Chức, Quyền, Ngôi đã đổi sang trang
Phật Việt Nam (HCM) *tỏa ánh hào quang*
Soi Thiên Âm rõ ràng mạch lạc.

Trên thế giới, các chế độ cộng sản đều chủ trương tôn sùng lãnh tụ như một nhân vật chính trị vĩ đại. Riêng tại Việt Nam, sự tôn sùng Hồ Chí Minh đã vượt sang lãnh vực tín ngưỡng thờ cúng vong hồn Hồ Chí Minh, trái với lý thuyết vô thần của Mác-Lê. Điều này đã làm cho Phật giáo XHCN mang màu sắc tín ngưỡng thờ vong hồn và đã tạo nên một hình ảnh Việt Nam XHCN như sau:

- Lãnh đạo của Nhà nước với bộ máy công an giờ đây giống như những lãnh đạo thế tục, còn Hồ Chí Minh là lãnh đạo tinh thần giống như Đức Phật, Đức Chúa Ki Tô. Sự kết hợp giữa thế tục và tâm linh dựa trên công an thể hiện qua phật giáo quốc doanh và thờ cúng Hồ Chí

4 1. Quyển Số 1 - Bài Cúng Phật
27. Quyển Số 27 - Kinh Đức Di Lặc Cứu Độ Cõi Đời
44. Quyển Số 44 – Kinh Phật Di Lặc cứu đời

5 Trang http://www.phattuvietnam.net

Minh đã giúp cho nhà nước giữ được thăng bằng giữa thế tục (công an trị) *và thần linh* (thờ cúng vong hồn Hồ Chí Minh*).*

- Thần thánh hóa Hồ Chí Minh trở thành động lực để duy trì tính cảm tính của cộng đồng cộng sản,

- Thờ cúng vong hồn Hồ Chí Minh làm sợi dây gắn bó các đảng viên cộng sản và làm cho dân Việt không muốn chất vấn, hoài nghi về đảng cộng sản và nhìn vào sự thực vai trò của Hồ Chí Minh trong lịch sử nữa.

1

TIẾN LÊN ĐẠO PHẬT XHCN

Tại miền Bắc, chính quyền cộng sản quản lý hoàn toàn Phật giáo (sư trụ trì là cán bộ do nhà Nước bổ nhiệm, cầu siêu, cúng bái đều bị cấm đoán). Ngay sau 30/4/1975, Phật giáo miền Nam đã bước chân vào một bi kịch mới. Chính quyền cộng sản Việt Nam áp dụng chính sách hạn chế hoạt động tín ngưỡng đối với mọi tôn giáo. Theo Chỉ thị số 20 của Đảng do ông Lê Duẩn ký năm 1960 được đem thực hiện tại Miền Nam Toàn bộ những cơ sở của Giáo hội Phật giáo Việt Nam Thống nhất, Viện Hóa Đạo cũng như Ấn Quang, bị chính quyền mới tịch thu, bị đóng cửa hay quốc hữu hóa, như cô nhi viện Quách Thị Trang, Viện Đại học Vạn Hạnh, nhà xuất bản Lá Bối, áp lực chư Tăng hoàn tục, hoặc đưa sang chiến trường Kampuchia. Những hình thức lễ lạt lớn của Phật giáo đều bị cấm, kể cả việc treo cờ, số vụ các tăng ni tự thiêu[6] bị che dấu, các tăng ni bị giam giữ, chết trong trại giam từ sau ngày 30/4/1975 không được tiết lộ ...

Tất cả các hình thức đàn áp Giáo hội Phật giáo Việt Nam Thống Nhất của Phật giáo Ấn Quang tổ chức biểu tình, đều nhằm tới sự hình thành một giáo hội Phât Giáo được nhà Nước quản lý để có thể hoạt động trong môi trường chính trị xã hội chủ nghĩa.

---

6 Vụ tự thiêu của 12 tăng ni chùa Dược Sư, tỉnh Cần Thơ tháng 11/1975

1. Mở đường cho đạo Phật XHCN

Sau ngày 30/4/1975, chính sách tôn giáo của cộng sản là đàn áp các tăng ni chống đối để thành lập một giáo hội Phật giáo được chính phủ quản lý theo định hướng XHCN như một bộ phận chính trị của Đảng cộng sản. Dù đã ủng hộ Mặt trận giải phóng miền nam, các cấp lãnh đạo Giáo hội Phật giáo Việt Nam Thống nhất vẫn bị coi là phản động, đã lần lượt bị bắt giam, quản chế tại chùa, nhốt tù, đi tù cải tạo.

Vào năm 1981, chính quyền bắt đầu thực hiện kế hoạch thống nhất Phật giáo[7] với việc thành lập Giáo hội Phật giáo Việt Nam thay thế Giáo Hội Phật Giáo Thống Nhất của Ấn Quang. Sự ra đời Giáo Hội Phật Giáo Việt Nam phân chia các nhà sư Ấn Quang thành hai nhóm:

- *Nhóm tăng ni hợp pháp. Vì chính quyền dụ dỗ, hăm dọa[8], gây áp lực nên nhiều tăng ni tuân theo chính sách*

---

7 Ông Đỗ Trung Hiếu, kiến trúc sư của tổ chức Phật giáo nhà nước này, viết *"Cuộc thống nhất Phật giáo lần này, bên ngoài do các Hòa thượng gánh vác, nhưng bên trong bàn tay Đảng Cộng sản Việt Nam xuyên suốt quá trình thống nhất để nắm và biến Phật giáo Việt Nam trở thành một tổ chức bù nhìn của Đảng. (...) Nội dung hoạt động là do cúng bái chùa chiền, không có hoạt động gì liên quan tới quần chúng và xã hội. Hội Phật Giáo Việt Nam ở trong Ủy ban Mặt trận Tổ quốc, tuân thủ luật pháp nước Cộng hòa xã hội chủ nghĩa Việt Nam".*

8 Sau năm 1975, bấy giờ ông Mai Chí Thọ làm giám đốc Sở Công an Thành phố HCM, nói với Hòa thượng Viện trưởng Viện Hóa Đạo Thích Trí Thủ, rằng: "Phật giáo có theo chính quyền không? Nếu không theo là chống. Nếu Phật Giáo chống chính quyền, chính quyền có công an, có quân đội, có nhà tù...".

tôn giáo của chính phủ tức là gia nhập Giáo Hội Phật Giáo Việt Nam nên được tiếp tục tu hành và một số trở thành lãnh đạo của Giáo hội Phật giáo Việt Nam mới[9].

- *Nhóm tăng ni bất hợp pháp. Nhóm này bao gồm các tăng ni, phật tử không chấp nhận tổ chức GHPGVN và tiếp tục tranh đấu đòi tự do tôn giáo nên bị đàn áp như dưới đây.*

Sự hiện diện của hai nhóm tăng ni hợp pháp và bất hợp pháp phản ánh rõ rệt cảnh '*nội ma và ngoại chướng*' của Phật giáo Ấn Quang ("*nội ma*" là những chia rẽ trong nội bộ Giáo hội, "*ngoại chướng*" là thách thức từ chính quyền trong nước).

Sau năm 1981, Phật giáo Ấn Quang tức Giáo hội phật giáo Việt nam thống nhất (GHPGVNTN) bị ép giải tán, trụ sở tại chùa Ấn Quang bị giải tỏa, chùa phải đóng cửa, tu sĩ lãnh đạo người bị quản thúc tại chùa, người chết trong tù, còn các tu sĩ cấp dưới và phật tử chống đối thì bị đưa đi tù cải tạo[10].

1. Bị giam tại chùa

Hòa thượng Trí Quang, lãnh đạo Phật giáo Ấn Quang[11],

9 Hòa thượng Thích Đôn Hậu (Tăng thống GHPGVNTN) làm Phó Pháp chủ kiêm Giám luật GHPGVN đến khi qua đời;[23] Hòa thượng Thích Trí Thủ (Viện trưởng Viện hóa đạo GHPGVNTN) làm Chủ tịch Hội đồng Trị sự GHPGVN đến khi qua đời; Hòa thượng Thích Trí Tịnh (Phó viện trưởng Viện hóa đạo GHPGVNTN) làm Phó Chủ tịch Hội đồng Trị sự GHPGVN, nay là Chủ tịch Hội đồng Trị sự, Đệ Nhất Phó pháp chủ GHPGVN

10 Theo Đại đức Thích Huệ Thâu có ít nhất 7.000 người trong các trại cải tạo vào năm 1985.

11 Hòa thượng Thích Thiên Quang , phó trụ trì chùa Ấn Quang cho biết HT Trí Quang bị giam tại chùa, mỗi ngày ông được cho ra ngoài 15 phút để vận động và tắm rửa. Theo tổ chức Ân xá Quốc tế, Thượng tọa Thích Thiện Minh đã chết trong trại tạm giam vào tháng 10/1978.

Hòa Thượng Thích Quảng Độ, vị tăng thống thứ năm Viện Tăng Thống GHPGVNTN bị giam giữ ở Thiền viện Thanh Minh và sống cô đơn dưới sự canh giữ của công an ở Thái Bình. Ngài nói: "*Tôi đã bị cộng sản [...] lưu đày tại xã Vũ Đoài, huyện Vũ Thư, tỉnh Thái Bình từ ngày 25.2.1982 vì tội 'làm việc tôn giáo cũng là làm chính trị'*".

Năm 1982, hai hòa thượng Thích Huyền Quang và Thích Quảng Độ bị đưa đi lưu đày mỗi người một nơi tại hai tỉnh Quảng Ngãi và Thái Bình.

2. Ra tòa bị xét xử

Đức tăng thống Hòa Thượng Thích Quảng Độ trong phiên tòa vào tháng Tám năm 1995 tại Thành phố Hồ Chí Minh cùng với Hòa thượng Thích Không Tánh, Thích Nhật Ban, Thích Trí Lực và hai Cư sĩ Đồng Ngọc, Nhật Thường.
Ảnh: Phật tử Việt Nam.

Vào cuối năm 1978, chính quyền đưa các hòa thượng của khối Ấn Quang ra xét xử với nhiều tội danh khác nhau. Hòa Thượng Thích Tuệ Sỹ và Thích Trí Siêu cùng 19 tăng ni, phật tử khác đều bị cáo buộc tham gia hoạt động lật đổ nhà Nước và thành lập một tổ chức cách mạng. Hai hòa thượng Tuệ Sỹ và Trí Siêu bị tuyên án tử hình nhưng sau đó được giảm án, những người khác bị tuyên án từ bốn năm tù giam đến chung thân.

3. Bắt giữ mà không đưa ra xét xử

Vào tháng 4/1984, chính quyền Việt Nam đã đồng loạt bắt khoảng 12 tăng, ni ở nhiều ngôi chùa khác nhau, trong đó có những người là học giả uyên bác của Phật giáo miền Nam như Ni trưởng Thích Nữ Trí Hải, Hòa thượng Thích Tuệ Sỹ, Hòa thượng Thích Trí Siêu.

Theo sau vụ bắt giữ đồng loạt này, tháng 8/1984, chính quyền tiếp tục bắt giữ Hòa thượng Thích Đức Nhuận, giáo sư của Viện Đại học Vạn Hạnh, biên tập viên của Tạp chí Vạn Hạnh. Cùng vụ bắt Hòa thượng Đức Nhuận, Hòa thượng Thích Tâm Quang.

Vào tháng 10/1984, chính quyền bắt giữ hai trụ trì của chùa Quang Âm và chùa Đại giác ở thành phố Hồ Chí Minh là Hòa thượng Thích Thông Bửu và Thích Thiệu Huệ.

Đến năm 1986, chính quyền vẫn tiếp tục giam giữ mà không đưa ra xét xử các hòa thượng Nguyên Giác, Như Minh, Đức Nhuận, Trí Siêu tại trại giam Chí Hòa.

Trước sự đàn áp Phật Giáo Ấn Quang, một số phật tử phản đối bằng biểu tình, tự thiêu và tự hỏi tại sao, nhất là Phật Giáo Ấn Quang có công lớn với cộng sản lại bị chính quyền đàn áp tàn bạo như vậy? Còn các phật tử thấm nhuần đạo pháp thì hiểu rằng pháp nạn của Phật Giáo Ấn Quang trải qua hiện nay là theo luật nhân quả của nhà Phật có nghỉa Phật Giáo Ấn Quang đã gieo nhân (hột) và nhân đã sinh quả ngay trong đời này (hiện báo). Luật nhân quả cũng là luật vận hành mọi viêc trong vũ trụ. Pháp nạn của Phật Giáo Ấn Quang là *"quả báo"* theo luật **nhân quả báo** dành cho Phật Giáo Ấn Quang.

Chùa Ấn Quang hay còn gọi là Tổ đình Ấn Quang là nơi chứng kiến các hoạt động sôi nổi của Phật giáo vào những năm 1960. Ngày nay, chùa nằm trên đường Sư Vạn Hạnh, quận 10, thành phố Hồ Chí Minh. Ảnh chụp chùa vào năm 1998.

Ảnh: Australian War Memorial.

2. Luật "Nhân quả"

Nhân quả là hạt và trái. Hạt giống nào sẽ cho trái nấy, không thể cho trái khác được. nhân nào thì quả nấy, nhân tốt quả ngọt, nhân xấu quả thối hỏng[12].

Theo giáo lý nhà Phật, pháp nạn mà các Thầy Ấn Quang đang gánh chịu là "*quả báo nhãn tiền*" của hạt giống (nhân) được các thầy đã gieo, vun tưới cho cây lớn mạnh (duyên) đơm hoa kết trái (quả) rồi báo đền các thầy (báo).

Niềm tin nhân quả sâu xa
Gieo gì gặt nấy, thật là công minh

Đời xưa quả báo thì chầy,
Đời nay quả báo một giây nhãn tiền".

Nhận Quả (báo)

Những ai đã gieo hạt (cộng sản), vun trồng (duyên) cho cây cộng sản lớn mạnh trổ hoa, đơm trái (quả) thì sau ngày 30/4/1975 đều nhận được "*quả báo*[13]" rồi người đã gieo hạt sẽ phải "*trả quả*". Vậy nay thử nhìn lại quãng

12 Để dễ hiểu, lấy một hạt cam (nhân) gieo xuống đất, hạt cam mọc lên thành cây cam. Cây cam lớn lên cho ta những quả cam ngọt (quả)

13 báo 報 nghĩa là đền, báo trả, đáp lại

đường lịch sử từ năm 1960 đến nay, luật nhân quả được khởi động bởi Phật Giáo Ấn Quang đã tiến trình như sau theo qui luật "*nhân, duyên, quả, báo*" mà nhiều người trong chúng ta là nhân chứng, nạn nhân hiện còn sống, trong đó có tác giả bài này.

Nhân[14]

Trong thời gian 1960-1975, tất cả những người kể cả Phật Giáo Ấn Quang nhân danh lập trường "*dân tộc*[15]", đã gieo hạt "*cộng sản*" bằng cách ủng hộ Mặt trận giải phóng miền Nam, chủ trương đấu tranh bạo động, gây rối loạn không ngừng ở khắp miền Nam với quyết tâm đánh đổ chế độ tự do của miền Nam[16]. Dù biện minh thế nào đi chăng nữa thì theo thuyết nhà Phật, cứ nhìn trái cây (cộng sản) là biết họ đã gieo hạt giống cộng sản.

Duyên

Duyên 緣 (tiếng Phạn "prātyaya) là các điều kiện hỗ trợ cho cái nhân thành cái quả. Thí dụ hạt lúa cần có sự giúp đỡ của các "*duyên*" như đất, hơi ấm, ánh sáng mặt trời, không khí, nước, phân bón, nhân công v.v... mới sinh ra cây lúa. Các yếu tố phụ đó là Duyên, là sức mạnh, là cơ

14 Chữ Hán, nhân 仁, tiếng Phạn hetu có nghĩa là hạt, cái hột ở trong quả; quả 果: có nghĩa là trái cây,

15 Ngay từ giữa thập niên 1960 Giáo hội Phật giáo tại miền Nam đã có sự rạn nứt trong giới lãnh đạo. Hàng giáo phẩm chia thành hai khối: "khối Ấn Quang" (gồm ba đoàn thể) và "khối Việt Nam Quốc tự" (có tám đoàn thể). Khối Ấn Quang (do Thượng tọa Thích Trí Quang và Đại đức Thích Nhất Hạnh lãnh đạo) có khuynh hướng thiên tả nên bị chính quyền Việt Nam Cộng hòa ra sắc luật 23/67 ngày 18 tháng 7 năm 1967 công nhận khối Việt Nam Quốc Tự thay vì khối Ấn Quang.

16 Trong biến cố 1966, một tờ báo lớn Mỹ đặt câu hỏi to tướng: Ông Trí Quang muốn gì? Muốn gì mà ông chống hết chính quyền này đến chính quyền khác? Muốn gì mà ông không biết nhân nhượng? Muốn gì mà ông đòi Quốc hội? Rồi muốn gì mà ông hết đòi Quốc hội lại chống Quốc hội? Thầy là một nghịch lý to tướng. Một ông thầy tu có tầm cỡ và sức thu hút đặc biệt của một nhà chính trị lớn, lớn nhất miền Nam lúc đó, nhưng lại từ khước cái khả năng hiếm có ấy để làm ông thầy tu.

hội thuận tiện hỗ trợ cho *cái Nhân thành cái Quả* .

Gieo duyên: Tín đồ Phật giáo tụ tập trước cửa chùa Xá Lợi ngày 20/8/1963.

Ảnh: J.M. BURFIN/AFP/Gett

Gieo duyên: Năm 1967, TT Thích Trí Quang ngồi biểu tình bên ngoài dinh Độc lập đòi TT Thiệu từ chức

Nhìn lại thời gian tranh đấu (1961-1975) của Phật Giáo Ấn Quang đã tạo các duyên sau cho nhân cộng sản trổ bông kết trái: Biểu tình, tự thiêu, lập lực lượng Phật giáo cứu quốc, thỉnh Phật ra đường, hương án trang nghiêm, tụng niệm như ở trong nhà, như ở trong chùa vào mùa hè 1966, Lực lượng Phật giáo cứu quốc gây cuộc thảm sát Thanh Bồ- Đức Lợi ngày 24-8-1964, chứa chấp cộng sản trong chùa, phát thanh, tuyên truyền cho cộng sản, thuyết pháp giả dối chống chính thể tự do, nhân quyền ...

Quả

Phật Giáo Ấn Quang đã gieo "*hạt nhân Mặt trận giải phóng miền Nam, một công cụ của cộng sản*" thì đương nhiên cây mọc lên cho ra "*quả*" cộng sản "*gieo nhân nào thì gặt quả nấy*[17]". Còn việc sư sãi bị tù đày, chết trong tù, quản thúc tại chùa của Phật Giáo Ấn Quang ... là quả báo tức ứng nghiệm của nhân và sự trả quả tức gánh chịu hình phạt của luật nhân quả vận hành một cách nhãn tiền luôn luôn đúng trong 3 thời:

- Thời quá khứ: gieo nhân (hạt),

- Thời hiện tại:Nhận được quả báo và phải trả quả,

- Thời vị lai: Tùy theo sự chuyển hóa của quả báo thời hiện tại mà sẽ nhận được "quả" trong thời tương lai.

Đúng như lời Phật nói thì Phật giáo Ấn Quang gieo nhân cộng sản thì giáo hội Ấn Quang cảm thọ được quả cộng sản và phải trả quả bằng tù dày, quản thúc đúng như câu kệ "*Cái này sinh nên cái kia sinh*". Chắc chắn là các vị lãnh đạo Phật Giáo Ấn Quang đã đọc qua câu kệ là nội dung và ý nghĩa của lý Duyên khởi được đức Phật mang tính định luật, qui luật, qui tắc:

17 **duyên** có nghĩa là điều kiện còn **quả** chính là kết quả từ những hành động, ý nghĩ mà ra còn "**báo**" là ứng nghiệm, ứng vào, ứng báo.

Cái này có nên cái kia có,

Cái này sinh nên cái kia sinh;

Cái này không nên cái kia không;

Cái này diệt nên cái kia diệt.

Quả báo: Hòa thượng Thích Tuệ Sỹ (ở giữa) được trả tự do vào năm 1998 cùng với các thầy Thích Phước An, Thích Phước Viên.
Ảnh: Blog Tuan Khanh

3. Quả báo: Đạo Phật XHCN ra đời

Với mục đích nhằm thay thế hệ thống Giáo Hội Phật giáo Việt Nam Thống Nhất[18], một Hội nghị thống nhất Phật giáo Việt Nam qui tụ 9 tổ chức giáo hội, hội, và hệ phái trên toàn quốc, đã được tổ chức tại chùa Quán Sứ, Hà Nội, vào ngày 7 tháng 11 năm 1981. Hội nghị cho ra đời một hiến chương thành lập Giáo hội phật giáo Việt Nam[19] với tôn chỉ mới "***Đạo pháp, Dân tộc, Chủ nghĩa xã hội***" và chiếm vị trí tổ chức tôn giáo duy nhất ở Việt Nam được nhà cầm quyền hỗ trợ với tất cả các điều kiện ưu đãi nhất từ đất đai, cơ sở vật chất, nguồn kinh tài hoạt động... Từ sau khi Giáo hội Phật giáo Việt Nam ra đời, tại sao mà quần chúng Việt Nam gọi là *"Đạo Phật XHCN", ‹Giáo hội Phật giáo nhà nước›, Phật giáo quốc doanh, đạo Hồ, đảng sư[20]".?*

Ông Đỗ Trung Hiếu, một cựu đảng viên cộng sản cao cấp, nhiều năm làm công tác tham mưu cho đảng về Phật Giáo, bị khai trừ khỏi đảng năm 1990, nên năm 1994, trong bài viết "*Thống Nhất Phật Giáo*" nói lên tất cả sự thật về thống nhất Phật Giáo và tiết lộ :

18 Có tôn chỉ '*Hộ Pháp, Hộ Dân, Hộ Quốc*'

19 Thành phần Hội Đồng Trị Sự: chủ tịch HT Thích Trí Thủ, phó chủ tịch HT Thích Trí Tịnh, còn HT Thích Đôn Hậu làm phó Pháp Chủ kiêm Giám Luật của Hội Đồng Chứng Minh...

20 Sư là đảng viên đảng cộng sản

"Cuộc thống nhất Phật giáo lần này, bên ngoài do các Hòa thượng gánh vác, nhưng bên trong bàn tay Đảng Cộng sản Việt Nam xuyên suốt quá trình thống nhất để nắm và biến Phật giáo Việt Nam trở thành một tổ chức bù nhìn của Đảng. (...) Nội dung hoạt động là do cúng bái chùa chiền, không có hoạt động gì liên quan tới quần chúng và xã hội. Hội Phật Giáo Việt Nam ở trong Ủy ban Mặt trận Tổ quốc, tuân thủ luật pháp nước Cộng hòa xã hội chủ nghĩa Việt Nam".

Các Đại biểu dự Hội nghị thống nhất Phật giáo Việt Nam chụp hình trước chính điện chùa Quán Sứ – Trụ sở Trung ương Giáo hội.

Các đại biểu trước chùa Quán Sứ

Tiến trình luật nhân quả được phát động bởi Phật Giáo Ấn Quang

1961: Gieo hạt giống cộng sản

1961-1975: Tạo duyên cho hạt giống cộng sản nở

1975-1981: Cây cộng sản trổ hoa trên miền Nam

1981: Báo ứng: Cây cộng sản cho trái là phật giáo quốc doanh

Phật giáo Ấn Quang trả quả:Tù đày, cấm hoạt động, quản thúc tại chùa ...

1990: Hạt giống phật giáo quốc doanh là nhân do cộng sản gieo cho ra quả là các đạo Hồ Chí Minh (đạo Ngọc phật Hồ Chí Minh, đạo Hoàng Thiên Long).

Nhân quả đắp đổi cho nhau và tiếp nối mãi không dứt.

PHẦN 1

ĐẠO PHẬT BIẾN THỂ
PHẬT GIÁO QUỐC DOANH

Sự sụp đổ của văn hóa XHCN năm 1986 đã gây ra một khoảng trống văn hóa tín ngưỡng thờ vong linh các vị thần thánh và sự khao khát tín ngưỡng tâm linh trong dân chúng. Chính trong cái bối cảnh đó mà đạo Phật biến thể thành "*phong tục*" thờ phụng Hồ Chí Minh tức "*tín ngưỡng hóa*[21]" một nhân vật chính trị, được chính quyền cộng sản cổ võ và ca tụng như một "*nét đẹp văn hóa*" trong báo chí[22]. Cũng chính trong cái bối cảnh văn hóa-xã hội đó mà từ sự sùng bái cá nhân chuyển đổi sang thần thánh hóa Hồ Chí Minh qua hai thời kỳ.

1. Thời kỳ **hữu thể hóa** sự tôn sùng thần tượng Hồ Chí Minh. Sự hữu thể hóa được thực hiện bằng cách:

- Đặt tượng hoặc hình ảnh Hồ Chí Minh trên bàn thờ Phật và bàn thờ gia tiên tại tư gia,

- Xây đền thờ Hồ Chí Minh tại mỗi tỉnh thành.

- Tổ chức lễ dâng hương, dâng hoa Hồ Chí Minh.

2. Thời kỳ **tín ngưỡng hóa** vong hồn Hồ Chí Minh. Sau khi nhận thấy rằng lăng Bác, tượng Bác tại chùa và đền thờ không được người dân tự động đến kính bái tại là vì lý do thiếu yếu tố tâm linh (tức vong hồn Hồ Chí Minh hiển linh), Phật giáo quốc doanh tìm cách làm sao cho người dân cảm ứng được là có vong hồn Hồ Chí Minh

---

21 "Bác Hồ là Bồ Tát, là vị La hán, bởi vì Người đã dành tất cả cho mọi người, không giữ gì riêng cho mình cả. Cuộc đời và sự nghiệp của Bác Hồ như đóa sen giữa rừng hoa dân tộc Việt Nam, hội tụ đức tài của đất nước". (Báo Nhân Dân ngày 22-1-1997)

22 Báo chí nhà nước. Báo Quân đội Nhân dân ca ngợi "*nhân dân các dân tộc*" tỉnh Gia Lai thờ phụng Hồ Chí Minh; Báo Giao thông của Bộ Giao thông có bài ca ngợi một số người dân ở Bạc Liêu lập bàn thờ Hồ Chí Minh trong nhà; Báo Dân tộc, cơ quan ngôn luận của Ủy ban Dân tộc, cũng có bài ca ngợi một số gia đình người dân Khmer lập bàn thờ Hồ Chí Minh ... Về các trang tin điện tử của địa phương tỉnh Trà Vinh, Gia Lai, Long An, Quảng Nam, Bình Thuận, Ninh Thuận, Hà Tĩnh... có nhiều bài ca ngợi một số người dân trong tỉnh thờ Hồ Chí Minh

trong tượng thờ ở chùa và đền bằng cách:

- Mời vị hòa thượng làm phép "Hô thần nhập tượng" để ***vong hồn*** *Hồ Chí Minh nhập vào tượng thờ tại chùa,*

*- Tổ chức (*nhưng đều thất bại*) lễ hội tại đền thờ Hồ Chí Minh,*

- Chùa quảng cáo các yếu tố tâm linh như cúng sao giải hạn, làm lễ ***thỉnh vong****, giải oan gia trái chủ như tại chùa Ba Vàng.*

Cho đến nay, đạo Phật XHCN ẩn bóng trong cửa Phật dưới hình thức Phật giáo quốc doanh vẫn không thỏa mãn nhu cầu tâm linh của người dân cộng sản. Đó là lý do mà từ năm 1990, việc sùng bái vong hồn Hồ Chí Minh đã làm nảy sinh ra các đạo thờ vong hồn Hồ Chí Minh như Đạo Ngọc Phật Hồ Chí Minh, Đạo Hoàng Thiên Long.

2

CHÙA XÃ HỘI CHỦ NGHĨA

Theo gương chính sách phật giáo của Trung Quốc, Giáo Hội Phật Giáo Việt Nam (GHPGVN) sanh hoạt như một tổ chức quốc doanh dưới sự quản lý của nhà Nước. Điểm mới lạ nhất đối với dân Việt là GHPGVN thực hiện một hình thức "*kinh tế nhà chùa*" (monastic economy). Với sự hậu thuẫn của nhà nước, các quan chức liên kết với doanh nhân và các nhóm lợi ích, GHPGVN tiến hành xây chùa mới với những đặc tính sau:

- Xây cất những ngôi chùa bề thế, hoành tráng như chùa Tam Chúc – Ba Sao[23] (Hà Nam), chùa Ba Vàng Quảng Ninh, chùa Bái Đính[24] tại Ninh Bình.

- Chùa biến thể thành sàn giao dịch kinh doanh vì chùa được thực hiện dưới hình thức công ty cổ phần,

- Buôn bán tâm linh.

---

23 khu dự án tâm linh này có tổng diện tích lên tới 5.100ha (bằng kích thước gần 300 sân vận động quốc gia Mỹ Đình cộng lại)

24 Quần thể chùa này có diện tích 1.700ha bao gồm khu chùa Bái Đính cổ, khu chùa Bái Đính mới và các khu vực như: công viên văn hoá và học viện Phật giáo, khu đón tiếp và công viên cảnh quan, đường giao thông và bãi đỗ xe, khu hồ Đàm Thị, hồ phóng sinh...

1. Tổ chức Phật giáo quốc doanh

Nhằm "*hiện đại hóa*" Phật giáo để thích ứng với môi sinh xã hội chủ nghĩa, Giáo hội phật giáo Việt Nam hoạt động theo tôn chỉ mới "***Đạo pháp**, Dân tộc, **Chủ nghĩa xã hội**[25]*" có nghĩa là:

*- Tuân theo theo Điều 7 của Hiến chương:"Giáo hội Phật giáo Việt Nam hoạt động theo đúng Giáo pháp, Giáo luật Phật chế và Pháp luật của nước Cộng hòa Xã hội Chủ nghĩa Việt Nam", tức là: **hồn của giáo hội vẫn là lời Phật dạy nhưng được bọc bên ngoài bởi cái xác chủ nghĩa xã hội** mà các thầy Phật giáo Ấn Quang gọi là " Hồn Trương Ba da hàng thịt [26]".*

- Giáo hội Phật giáo Việt Nam là một công cụ chính trị thuộc Mặt trận Tổ quốc Việt Nam.

Sơ đồ tổ chức Giáo hội Phật giáo Việt Nam không khác gì sơ đồ của một đảng phái hay hội đoàn dân sự, với những cấp trung ương, tỉnh thành, quận huyện, thị xã và thành phố thuộc tỉnh.

Hội đồng Trị sự,

---

25 Thay cho tôn chỉ cũ "Hộ Pháp, Hộ Dân, Hộ Quốc"

26 Theo sự tích hồn Trương Ba được vua cờ Đế Thích cho sống lại trong xác thân anh hàng thịt mới chết để diễn tả đạo Phật có hồn Phật giáo trong thân xác XHCN

Hội đồng trị sự cũng *hàng giáo phẩm của Giáo hội Phật giáo Việt Nam từ trung ương đến địa phương đều là thành viên của Mặt trận Tổ quốc Việt Nam*[27]. Hội đồng trị sự là cơ quan điều hành phật sự của giáo hội trong 2 lãnh vực chính:

1. Hoạt động theo đạo pháp của đạo Phật (tụng kinh, hành lễ, thuyết pháp ....),

2. Hoạt động như một tổ chức chính trị theo sự hướng dẫn của đảng cộng sản, thí dụ như ra ứng cử làm đại biểu quốc hội[28], gia nhập Mặt trận tổ quốc (Tổ chức chính trị ngoại vi của đảng cộng sản), kinh doanh tâm linh.

Trưởng lão Hòa thượng Thích Viên Minh trao giáo chỉ tấn phong giáo phẩm Hòa thượng. Đại diện các cơ quan có ông Nguyễn Quốc Vũ,

27 Trong Mục II, phần 4 nghị quyết số 25-NQ/TW (12/3/2003), Trung ương đảng CSVN nhấn mạnh rằng *"Công tác tôn giáo là trách nhiệm của cả hệ thống chính trị."*.

28 Ngày 10/6/2021, Hội đồng Bầu cử Quốc gia đã công bố danh sách 5 chức sắc tôn giáo trúng cử đại biểu Quốc hội khóa 15: Hòa thượng Thích Thanh Quyết, Hòa thượng Thích Bảo Nghiêm, Thượng tọa Thích Đức Thiện, Hòa thượng Lý Minh Đức và Linh mục Nguyễn Văn Riễn

Phó Giám đốc Sở Nội vụ, Trưởng ban Tôn giáo tỉnh, cùng lãnh đạo các Sở, ban, ngành, đoàn thể. Tin, ảnh: LTT

Quản lý chùa

Năm 1977, chính phủ ra Nghị quyết 297-CP kiểm soát hoạt động tôn giáo và được duy trì cho đến năm 1999. Trong nghị quyết này, việc mở các lớp giáo lý, các cuộc họp nội bộ trong các tôn giáo, phong chức hay thuyên chuyển các chức sắc và kể cả tuyển dụng những tín đồ giúp việc đều phải được chính quyền cho phép.

Ban trị sự Giáo hội từ trung ương đến địa phương là thành viên Mặt trận Tổ quốc được tổ chức như một cơ quan của chính phủ nên lẽ đương nhiên đặt dưới sự quản lý của bộ công an, do Ban tôn giáo chính phủ trực tiếp điều khiển cả về nhân sự tăng ni lẫn cơ sở tôn giáo chùa[29] có nghĩa là xuất gia, thọ giới phải có sự chấp thuận của nhà nước. Các hình ảnh bổ nhiệm sư trụ trì, tấn phong giáo phẩm dưới đây đủ diễn tả điều này[30].

29 Về đào tạo cán bộ Nhà nước để quản lý tôn giáo, trường Đại học Khoa học xã hội và Nhân văn - Đại học Quốc gia Hà Nội có ngành tôn giáo học đào tạo: Giúp hoạch định đường lối, chính sách của Đảng và Nhà nước, tham mưu về quản lý Tôn giáo trong các cơ quan, tổ chức thuộc hệ thống chính trị và các tổ chức kinh tế - xã hội khác có kiến thức nền tảng về lĩnh vực Triết học Mác- Lê nin,.

30 Trước khi tiến hành việc bổ nhiệm, phong chức ... người đại diện cơ sở phật giáo có trách nhiệm gửi văn bản thông báo đến ủy ban nhân dân cấp xã sở tại, trong đó đồng Chứng minh, Hội đồng trị sự Trung ương Giáo hội Phật giáo Việt Nam, Hòa thượng, Thượng tọa, Ni trưởng, Ni sư của đạo Phật Việc phong chức, phong phẩm, bổ nhiêm, bầu cử, suy cử phải được sự chấp thuận bằng văn bản của cơ quan Quản lý nhà nước về tôn giáo ở trung ương.

Lễ bổ nhiệm sư trụ trì - Ảnh: Ban TT-TT

2. Xây chùa mới

Từ sau thời đổi mới 1986, nhằm mục đích kinh doanh, các chùa lớn được xây dựng theo các tiêu chuẩn sau để thu hút du khách và phật tử:

1. Cảnh quan chùa nằm trên một diện tích lớn,

2. Có nhiều cái "*nhất*" nổi tiếng của chùa để quảng cáo trên youtube, báo chí tour du lịch.

Quần thể "*siêu rộng*"

Quần thể khu Bái Đính có diện tích 1.700ha, nhưng quần thể chùa chỉ chiếm diện tích 80ha.

Chùa Bái Đính

Chùa Ba Vàng (còn gọi là Bảo Quang Tự 寶光寺) là một ngôi chùa tọa lạc trên lưng chừng núi Thành Đẳng, thuộc Phường Quang Trung, Thành phố Uông Bí, tỉnh Quảng Ninh.

Khuôn viên chùa Ba Vàng

Dự án Chùa Tam Chúc (Hà Nam): Chùa chiếm 144ha trên tổng thể rộng tới 5.000ha có mục tiêu khi hoàn thành sẽ trở thành ngôi chùa lớn nhất thế giới.

Chùa Tam Chúc tại Hà Nam lớn nhất Đông Nam Á

Dự án khu du lịch tại chùa Hương đề xuất rộng 1.000ha, với vốn đầu tư 15.000 tỷ đồng. Và gần đây là dự án Tam Đảo II với diện tích quy hoạch khoảng 300ha, được Tập đoàn Sun Group đầu tư với số vốn khoảng 25.000 tỷ đồng.

Dự án Cái Tráp rộng 450ha bao gồm khu tâm linh chiếm 88,7ha và hàng loạt các bất động sản dành cho nhà hàng, khách sạn, khu nghỉ dưỡng cao cấp ... "*song hành*" cùng nhà Phật.

Dự án Khu du lịch tâm linh Hồ Núi Cốc (Thái Nguyên) rộng 18.940ha sẽ có bảo tháp lớn nhất thế giới với sức chứa lên tới 10 nghìn người.

Trước cảnh hùng vĩ của chùa biểu dương niềm hãnh diện của đạo Phật XHCN thì cũng có người như giáo sư Trương Quốc Bình, cựu Cục phó Cục Di sản Văn hóa, Bộ Văn hóa-Thể thao và Du lịch được báo Dân Việt tự hỏi: "*Việc xây dựng các khu chùa đồ sộ là chưa từng có trong lịch sử phát triển của Phật giáo ở Việt Nam. Từ thời Lý, Trần đến thời Nguyễn, chúng ta không có các chùa với quy mô hàng hécta, kỷ lục nọ kia như thế. Các ngôi chùa của ta là các công trình tôn giáo, tín ngưỡng hòa nhập với thiên nhiên, là bao gồm sông, núi, đất đai và con người ở trong công trình đó, với cảm giác được hòa mình vào thiên nhiên chứ không phải ở trước một thứ đồ sộ và cảm thấy mình thật nhỏ bé.*".

Nhưng nay thì đạo Phật đã biến thể cho thích nghi với môi trường xã hội chủ nghĩa thì chùa chiền không còn là không gian để các tăng ni tu hành thanh tịnh, để nghe tiếng chuông chùa vào buổi sáng, tiếng gõ mõ lúc hoàng hôn, đọc kinh thờ Phật dưới ánh đèn le lói. Chùa cũng không còn là nơi để người thuộc đủ mọi giai tầng trong xã hội đến tĩnh tâm, tìm kiếm sự an nhiên và thờ cúng ở đó.

Những "*cái nhất*"

Nhằm thu hút khách du lịch, mỗi chùa phải có một hay nhiều cái "*nhất*" nổi tiếng của chùa để quảng cáo trên youtube, báo chí tour du lịch ... Thí dụ chùa Khai Nguyên Sơn Tây có tượng Phật lớn nhất Đông Nam Á, chùa Giác Hoa Bạc Liêu có tượng Dược Sư lớn nhất Việt Nam, chùa Bái Đính có 9 cái "nhất". 1) Đứng nhất Châu Á: Bảo tháp, hành lang La Hán, tượng đồng dát vàng, 2) Đứng nhất Đông Nam Á: Tượng Phật Di Lặc, 3) Đứng nhất Việt Nam: Số lượng La Hán, Giếng Ngọc, diện tích chùa, chuông đồng, số lượng cây bồ đề.

Chủ đề quảng cáo của chùa Bái Đính Ninh Bình

Chùa Bái Đính: Hành lang La Hán dài nhất Châu Á

Phật Di Lặc lớn nhất Đông Nam Á

Chùa Khai Nguyên Sơn Tây có tượng Phật to nhất Đông Nam Á

Thu lợi

Nguồn lợi du lịch

Các ngôi chùa đã bị biến thành các địa điểm du lịch vì lợi ích kinh tế, trở thành sàn giao dịch tâm linh. Tất nhiên du khách tới đây lễ Phật, vãn cảnh thì không có gì là miễn phí cả. Dù không bị buộc phải chi tiền, nhưng hầu như du khách nào tới chùa Tam Chúc cũng đều phải xử dụng vài dịch vụ được niêm yết như sau: Vé thuyền 200 000 đ, du thuyền 270 000, du thuyền cao cấp trọn gói 400 000, combo thuyền+xe điện 240 000, combo du thuyền+xe điện 290 000, combo hòa hảo 450 000, du thuyền+buffet 420 000, buffet 200 000, xe điện vip +hướng dẫn viên 100 000, tours Tam Chúc về đêm 300 000.

Dịch vụ của chùa Bái Đính: gửi xe ô tô 40.000đ, xe máy 15.000đ, vé xe điện 2 lượt 60.000đ, vé lên bảo tháp 50.000đ, thuê hướng dẫn viên 300-500.000đ và ngay cả... đi vệ sinh cũng mất 2.000đ/lượt. Đó là chưa kể đến vô số hòm công đức rải rác khắp nơi trong khuôn viên Bái Đính.

Nguồn lợi công đức

Theo báo cáo của chùa Ba Vàng gởi UBND TP Uông Bí, trong hơn một tháng, từ 19-3 đến 30-4-2023, tiền công đức, tài trợ cho di tích, hoạt động lễ hội (không bao gồm tiền công đức, tài trợ cho hoạt động tôn giáo) của chùa Ba Vàng là hơn 4,1 tỉ đồng.

Nhiều người nghĩ rằng, đến chùa chỉ cần bỏ tiền vào hòm công đức là đã "*có công đức*" và càng bỏ nhiều nơi, nhiều ban, thậm chí nhiều tiền thì "*đức*" sẽ càng nhiều

3. Kinh doanh tâm linh

Nguồn thu hoạch lớn nhất của chùa là kinh doanh tâm linh[31] nhằm kiếm tiền từ các phật tử mê muội, dốt nát bằng cách: tổ chức du lịch tâm linh, cúng sao giải hạn[32], giải oan trái chủ, v.v.

Trước đây, nhu cầu "*tâm linh*" chưa cao, các chùa cùng với chính quyền sở tại chỉ lập những trạm thu phí mỗi lần có lễ lớn để thu tiền cúng bái của người hành hương. Từ những năm 2000, nhu cầu tâm linh của quần chúng và ngay cả quan chức công an tăng cao quá nhanh thí dụ như:

- Dân chúng nhất là vào ngày Tết đến chùa dâng sao giải hạn, cầu siêu, cầu an xóc thẻ, viết sớ, xin làm phép tróc ma trừ quỷ ...,

- Nhiều cán bộ âm thầm tổ chức cúng "giải hạn" ngay tại cơ quan.

---

31 Ngày nay, các trạm thu phí đã không đủ sở hụi cho những cơ sở hoành tráng như Ba Vàng, Bái Đình, Tam Chúc... nên nhà chùa và tư nhân kinh doanh buộc phải lập ra "*kinh doanh tâm linh*" mê tín dị đoan

32 Bà Trần Ngọc Mai, một giáo viên ở quận Đống Đa, gần chùa Phúc Khánh, cho nhật báo Người Việt biết: "Bây giờ ai ở Hà Nội mà không biết chùa Phúc Khánh ăn nên làm ra thế nào, cứ gọi là thu bộn mỗi dịp ngày rằm và mùng Một Âm lịch. Theo thông lệ, mỗi lần có người đến làm lễ giải hạn, cầu an, thì chùa này thu 70,000$/người. Nếu nhà có bốn người thì cứ thế nhân lên, đó là chưa kể các '*hạng mục*' đặt lễ. Bàn thu phí của nhà chùa cứ gọi là ghi không ngớt tay phiếu đăng ký làm lễ cầu an và cúng sao giải hạn.

- Vài đơn vị công an len lén mời thầy cúng đến "hòa giải" với các oan hồn đã chết tại đồn,

- Trung tướng Công an Hữu Ước cũng cho biết vừa bỏ tiền túi xây xong một khu văn hóa tâm linh, có tên Tâm Linh Ước, bao gồm đình, chùa, nơi thờ tự, suối giải oan, và tháp giải oan,

- Đại tướng công an kiêm chủ tịch nước Trần Đại Quang, trong thời gian trị bệnh hiểm nghèo, đã cúng chùa Vĩnh Nghiêm một cặp đèn và lư hương trị giá 19 tỷ đồng. Chân đèn còn khắc dòng chữ: ***Gia đình Đại tướng Trần Đại Quang tiến cúng****.*

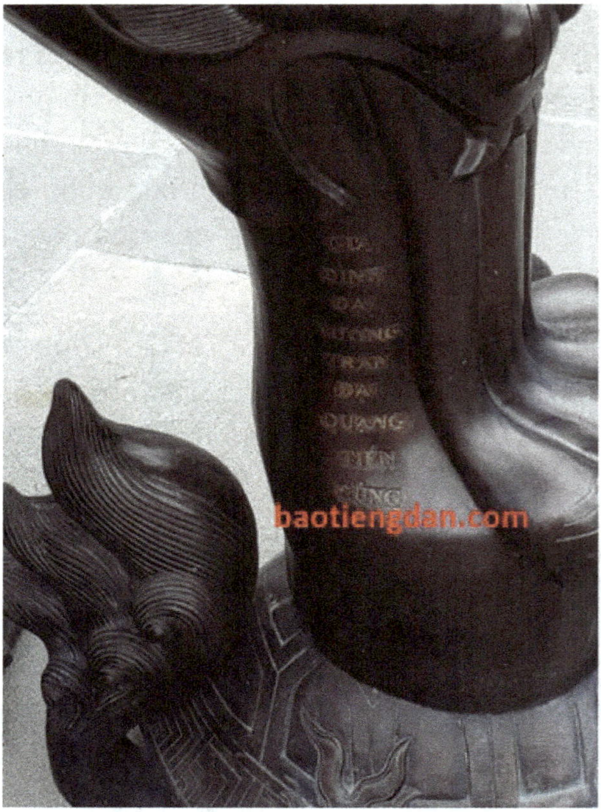

Dấu hiệu đầu tư tâm linh thành công của chùa

Các loại lễ cúng sao, giải hạn, cầu an, tụng niệm tang lễ, cầu siêu, đưa vong lên chùa, bán khoán, ...vốn không có trong giáo lý nhà Phật, giờ được nhà chùa làm "*mềm hóa*" theo kiểu tín ngưỡng dân gian, và được chúng sinh hưởng ứng, tạo nên một "*thị trường*" nhộn nhịp chưa từng thấy trong những năm gần đây.

Thế nên, mới có chùa nổi tiếng về cúng sao giải hạn, có chùa được biết đến với "*dịch vụ*" gọi vong, có chùa chuyên làm lễ cầu duyên, và cũng có ngôi chùa mà quan chức tấp nập đến vì "*linh thiêng*" trong việc đem đến cho họ quyền lực...

Theo báo Lao động (19/2/2019) viết *"Bị từ chối giải hạn vì "thiếu lễ" 50 nghìn đồng" gây "bão" mạng, sư thầy Thích Minh Đức, thay mặt cho Thượng tọa Thích Thanh Quyết – trụ trì của chùa Phúc Khánh đồng thời là Phó Chủ tịch Hội đồng Trị Sự Giáo hội Phật giáo Việt Nam trả lời: "Việc thu tiền lễ dâng sao giải hạn có từ hàng chục năm nay và tôi là người kế tục toàn bộ các công việc của các vị tiền tổ để lại. 150.000 đồng là tiền phục vụ, giấy sớ, dầu đèn cho Phật tử trong 12 tháng trong một năm. 150.000 đồng chia cho 12 tháng, có năm có cả những tháng nhuận. **Tính ra như vậy là cũng rất 'hạ' rồi**.".*

Cũng theo báo Lao Động, 150.000đ là khoản phí dâng sao giải hạn, còn nếu ai muốn "*cầu an*" cho gia đình sau đó thì lại phải chi thêm 150.000đ nữa; nhà chùa có những "*gói dịch vụ*" hẳn hoi theo nhu cầu của "*khách hàng*". Với hàng ngàn người lấp kín sân chùa, tràn kín lòng đường xì xụp khấn vái, vái vọng cả từ bên trong và bên ngoài chùa Phúc Khánh trong lễ dâng sao giải hạn vào mỗi 14 tháng Giêng âm lịch hàng năm, người ta có thể tính sơ được số tiền nhà chùa thu được về là bao nhiêu sau mỗi khóa lễ đó.

Hối lộ Phật

Ngày nay, vì người dân mất lòng tin vào cõi Dương, đi tìm chỗ dựa ở cõi Âm nên đang tăng dần hiện tượng người dân đến chùa dùng tiền mặt của ngân hàng hối lộ Phật để cầu tài, cầu chức, làm lễ cầu an, giải hạn, cúng bái.

Tiêu biểu là ngày Tết cả biển người dân đổ đến các đền chùa miếu mạo để đi lễ, cúng bái cầu an, chen chân xin lộc. Điều ghi nhận là trong biển người đến chùa, đền có cả cán bộ nhà nước đến dự lễ cầu an hoặc xin ấn ở đền Đức ThánhTrần mặc dù có Điều 19 của Quy định số 37-QĐ/TW về những điều đảng viên không được làm: *'Mê tín, hoạt động mê tín, ủng hộ hoặc tham gia các tôn giáo bất hợp pháp hoặc lợi dụng các hoạt động tôn giáo, tín ngưỡng để trục lợi'"*.

Dưới đây là hình ảnh hối lộ Phật bằng cách dúi tiền vào cả tay chân tượng Phật[33]

Chùa Ba Vàng

Về việc đầu tư tâm linh, chúng ta lấy hình ảnh **Phật sự của** chùa Ba vàng tại tỉnh Quảng Ninh nổi tiếng nhất

33 Tục lệ này phát xuất từ nghi thức lên đồng của Đạo Mẫu

Việt Nam làm thí dụ minh chứng.

Tòa giảng đường với sức chứa 15,000 người của chùa Ba Vàng. (Hình: BV/Thanh Niên)

Chùa Ba Vàng có tên gọi từ xa xưa là Bảo Quang Tự (ánh sáng quý), tọa lạc trên lưng chừng núi Thành Đẳng, thuộc phường Quang Trung, thành phố Uông Bí, tỉnh Quảng Ninh.Theo di chỉ từ các nhà khảo cổ thì ngôi chùa có thể được xây dựng vào thời Trần thế kỷ thứ 13.

Năm 2007, khi đại đức Thích Trúc Thái Minh về trụ trì, chùa được xây dựng lại bằng tiền công đức và trở thành nổi tiếng nhất Việt Nam là nhờ:

- *Chùa có nhiều kỷ lục,*

- *Đạo sự thỉnh vong, gọi hồn.*

- *Phật tử nổi tiếng.*

Kỷ lục nổi tiếng

Theo báo Thanh Niên, hôm 21 Tháng Năm, chùa Ba Vàng đã tổ chức đại lễ Phật Đản 2023, tại buổi lễ, Liên Minh Kỷ Lục Thế Giới (WorldKings) đã chính thức công nhận "*Kỷ lục thế giới*" cho công trình này của chùa Ba

Vàng với nội dung: "*Chùa Ba Vàng – Nơi có tòa đại giảng đường Phật hai tầng nằm trên núi, với tổng diện tích sàn **lớn nhất thế giới**.*"

Ngoài ra, Hiệp Hội Kỷ Lục Thế Giới (World Record Association) cũng chính thức ghi nhận chùa Ba Vàng là ngôi tự viện "*có tòa đại giảng đường Phật giáo trên núi hai tầng với diện tích **lớn nhất thế giới**.*"

Đạo sự nổi tiếng:Thỉnh vong gọi hồn

Trước năm 2019, theo báo VNExpress, chùa Ba Vàng nổi tiếng với đạo sự:

- "Thỉnh vong, cúng oan gia trái chủ" thu hàng trăm tỷ đồng mỗi năm.

- Để giải nghiệp, chùa Ba Vàng cho rằng cần cúng dường cho chùa để hồi hướng cho vong.

- Cúng dường cả triệu đồng cầu xin tiền tài, quyền lực, thăng chức (mà có kết quả mới lạ chứ !) ...

Tháng 3 năm 2019, một số báo chí phản ánh hoạt động *"thỉnh vong", "gọi hồn"* tại chùa Ba Vàng. Ai muốn thoát nạn thì phải "*trả nợ*" cho vong từ vài triệu đến hàng chục triệu đồng thông qua hình thức cúng dường (công đức) hoặc làm công quả cho nhà chùa. Cứ mỗi tháng 3 đợt, mỗi đợt 2 ngày tại chùa Ba Vàng sẽ diễn lễ thỉnh vong giải nghiệp thu hút hàng ngàn người tham dự/đợt. Mọi bệnh tật và xui xẻo trong cuộc sống đều được lý giải là bởi oán hồn gây ra.

Lễ thỉnh vong, giải oan gia trái chủ được thực hiện theo phép "*gọi hồn*" theo qui trình sau:

- sư thầy trong chùa "thỉnh vong linh"

- để "vong linh kể tội người đến thỉnh"

- Nếu có oan gia trái chủ, vong sẽ cho biết "cần bao nhiêu phúc" thì người thỉnh ứng lại bằng tiền để trả nợ cho những tội lỗi đã làm từ kiếp trước.

Số tiền trả nợ gọi là "*tiền giải nghiệp*" lớn từ vài triệu đến vài chục triệu đồng Việt Nam. Vong có thể "*nhận tiền*" bằng hình thức gửi tiền mặt vào hòm công đức hoặc chuyển khoản vào tài khoản ngân hàng của nhà chùa, thậm chí có thể trả góp, trả dần vào ngày rằm hàng tháng. Những người không có tiền thì có thể "*làm công quả*" tức làm lao động không công tại nhà chùa[34].

Dưới đây là hình ảnh Chùa Ba Vàng thỉnh vong của oan gia trái chủ để chữa bệnh tại chính điện chùa Ba Vàng.

Cảnh thỉnh vong: Tín đồ xếp hàng chờ

Thỉnh pháp "oan gia trái chủ",

Ảnh: Chùa Ba Vàng

Phật tử nổi tiếng: Phạm Thị Yến

Bà Phạm Thị Yến, pháp danh Tâm Chiếu Hoàn Quán, là chủ nhiệm một câu lạc bộ tại chùa Ba Vàng, Quảng Ninh. Dù không nắm giữ chức vụ nào cụ thể tại chùa Ba

---

34 Báo Lao Động hôm 22/3 trích chia sẻ của ông N.K.V (60 tuổi, Đình Bảng, Từ Sơn, Bắc Ninh) cho biết cách đây 3 tháng đã đi thỉnh "vong" tại chùa Ba Vàng:"Lúc mới vào, 'vong' phán 80 kiếp trước, tôi có nghiệp sát sinh, muốn 'vong' giải oán thì phải cúng dường 2 tỉ. Khi tôi bảo quá cao, 'vong' nói sẽ giảm xuống 1 tỉ rồi tiếp tục giảm xuống còn 500 triệu. Khi tôi bảo không đủ khả năng, 'vong' nói thôi thì 60 triệu và làm công quả một tháng cũng được".

Vàng nhưng bà thường xuyên xuất hiện tại các buổi tọa đàm và trong các tài liệu tuyên truyền của nhà chùa.

Trên mạng xã hội lan truyền video clip của bà Phạm Thị Yến rao giảng vong báo oán, tức những ác nghiệp trong kiếp trước nên kiếp này phải trả, liên quan đến vụ nữ sinh giao gà bị giết chiều 30 Tết vừa qua ở tỉnh Điện Biên. Bà Phạm Thị Yến rao giảng tại chùa Ba Vàng: Cao Mỹ Duyên, cô gái giao gà bị hãm hiếp, sát hại là do "*ác nghiệp từ tiền kiếp*"[35].

Hình ảnh bà Phạm Thị Yến và cô Cao Mỹ Duyên

Quảng cáo nổi tiếng: Xá lợi tóc Phật

Nhân ngày đại lễ kính mừng 765 năm Phật hoàng Trần Nhân Tông đản sinh, mạng xã hội của chùa Ba Vàng quảng cáo xá lợi tóc của Đức Phật tự chuyển động với nội dung: "*Xá lợi tóc của Đức Phật được trao lại từ hơn 2.600 năm trước đã có mặt tại chùa Ba vàng từ ngày 23/12/2023. Xá*

35 Trong phóng sự báo Lao Động, có đoạn ghi âm cho thấy một người phụ nữ cầu xin có con được bảo rằng đó là do "nghiệp của cô từ kiếp trước làm phù thủy... Vong linh nó bảo nó không lấy tiền mà nó lấy mạng của cô đấy", nhưng sau đó được bảo cúng "5 triệu và làm công quả 24 ngày" để giải vong. Cũng theo phóng sự này của báo Lao Động, trung bình mỗi tháng có khoảng 5000-7000 người đến Chùa Ba Vàng để thỉnh vong, và mỗi người bị vong "đòi" từ vài triệu đến hàng chục triệu đồng.

lợi tóc này là bảo vật vô giá, là 1 trong 8 sợi tóc Đức Phật tự tay nhổ trên đầu mình trao cho 2 thương buôn người Myanmar và được lưu giữ hàng nghìn năm tại Myanmar."

Chùa Ba Vàng còn đưa ra thông tin xá lợi tóc là vô cùng linh thiêng, cao quý; cho nên những ai dù chỉ một lần cung kính đảnh lễ, chiêm bái, cúng dường cũng được vô lượng phúc báu cho hiện đời và nhiều đời về sau. Bởi năng lực của Đức Phật vẫn còn đang hiện diện trên thế gian này thông qua xá lợi tóc chuyển động; cho nên khi chúng ta bạch Phật thì Ngài vẫn gia hộ. Quảng cáo này đã thu hút hàng vạn người đến chùa Ba Vàng chiêm bái xá lợi tóc của Đức Phật vào ngày 22 đến ngày 23-12-2023

Hình ảnh về 'xá lợi tóc Đức Phật' đăng tải trên trang web của chùa Ba Vàng - Ảnh: Chùa Ba Vàng

Nhờ các hình thức kinh doanh trên mà kinh tế nhà chùa đã mang lại bạc tỉ cho:

1. *Các vị sư trụ trì, thí dụ Đại Đức Thích Thanh Toàn sở hữu 300 tỉ khi hoàn tục[36].*

2. *Các nhà đầu tư tâm linh hưởng lợi rất nhiều vì*

36 Tin từ Vĩnh Phúc, ngày 10/10/2019: Đại đức Thích Thanh Toàn, sư trụ trì chùa Nga Hoàng ở Vĩnh Phúc muốn hoàn tục sau khi bị tố cáo sàm sỡ phụ nữ. Ông này mong muốn được đem theo khối tài sản trị giá 200 tỷ-300 tỷ đồng nhưng Giáo hội Phật giáo Việt Nam không đồng ý. Đại đức Thích Thanh Toàn và chùa Địa Ngục, sau khi được Giáo hội Phật giáo chấp thuận cho xả giới hoàn tục đã công khai với báo chí ông có khối tài sản khoảng 200-300 tỷ đồng gồm tiền, vàng, xe, nhà đất, trang trại...

nganh nghề này được ưu đãi, an toàn nhất Việt Nam[37].

3. *Các quan chức công an bảo kê và chính quyền địa phương được chùa trực tiếp chia tiền theo một tỷ lệ thỏa thuận đôi bên.*

Phật tử chân chính đều biết trong học thuyết Phật giáo không có chuyện kinh doanh tâm linh, không có chuyện thỉnh vong, giải oan gia trái chủ như Chùa Ba Vàng và lời lý giải của Phật tử Phạm Thị Yến cũng không đúng với giáo lý nhà Phật, trái đạo đức xã hội vì "*Chỉ có con người mới làm chủ việc chuyển hóa nghiệp, tu là chuyển nghiệp và giải nghiệp, không hề có chuyện thỉnh, nhờ ai đó giải nghiệp. Giải nghiệp chỉ có thể nhờ vào tu thân, tích đức.*" Biết vậy, nhưng bây giờ Đảng cộng sản gọi những điều trên là **dạng văn hóa dân tộc, tín ngưỡng nhân dân**, tự do phát triển theo đường lối tự do tôn giáo của đảng đề ra.

37 Luật Sư Phùng Thanh Sơn ở Sài Gòn viết trên Facebook cá nhân cho thấy "*Kinh doanh thần thánh là ngành nghề được ưu đãi và an toàn nhất Việt Nam.*" Nghề này được ưu đãi "*vì được miễn tiền sử dụng đất, không đóng thuế thu nhập, không bị thanh tra, kiểm tra thuế, không bị nhà nước kiểm toán, không bị xử lý nếu sử dụng tiền* (cúng dường*) sai mục đích.*"

3

NGHỀ ĐI TU

Chính quyền cộng sản coi đi tu là hành nghề tôn giáo tức đi tu là một nghề. Định nghĩa này rất đúng nếu ta quan sát sanh hoạt của một chùa lớn mới xây cất trong khuôn khổ "*kinh tế nhà chùa*". Thử nhìn vào một ngôi chùa lớn có cả trăm tăng ni như chùa Ba Vàng, ngoài công việc tụng niệm, gõ mõ hàng ngày các tăng ni còn phải làm công tác như trong một doanh nghiệp.

- Hằng ngày, vị sư trụ trì giao thiệp với đủ loại nhân sỹ, với quan chức chính phủ, với giới doanh nhân trong xã hội như những ông chủ các doanh nghiệp,

- Nhiều nhà sư kiêm cả chính khách, tham gia vào những tổ chức, hiệp hội, đoàn thể..., giữ nhiều chức vụ như ủy viên này, đại biểu kia, trưởng ban nọ, chủ tịch kia.

- Tăng ni chia nhau xử lý công việc như trong một doanh nghiệp: quảng cáo chùa cho kinh doanh du lịch, tổ chức cúng sao, giải hạn, ra giá, mời chào đầu tư ...

- Mỗi năm chùa thu vào cả trăm tỉ đồng dùng để quản trị chùa, đầu tư, phân chia cho doanh nhân, quan chức xây chùa ... nên sư trụ trì là một nhà kinh tế.

Xem như vậy thì chùa là "*đơn vị công tác*", đi tu là một

nghề chỉ cần biết thuộc kinh gõ mõ, tụng niệm “*hoàn toàn đi ngược lại nguyên nghĩa xuất thế của Đức Phật, hoàn toàn không phù hợp với cách tu hành của Phật giáo mấy nghìn năm nay luôn phát nguyện xa rời thế tục, theo đuổi sự thăng hoa về tâm hồn và siêu thoát*”

1. Đào tạo chư tăng

Khi cả chính quyền lẫn dân chúng coi chùa là một cơ sở kinh doanh, đi tu là một nghề thì đương nhiên việc đào tạo tăng ni cũng đi theo chiều hướng tổ chức giáo hội, huấn luyện tăng ni giống như một tổ chức chính trị kinh doanh phụ thuộc vào nhà Nước,

Các cơ sở đào tạo Tăng ni của Giáo hội gồm:

1) Hệ thống các trường Trung cấp Phật học được đặt tại các cơ sở của các Tỉnh, Thành hội Phật giáo. Trong cả nước có 30 Trường Trung cấp Phật học và 06 cơ sở đào tạo Cao đẳng Phật học. Một tăng sinh muốn vào trường phật học, từ sơ cấp đến cao cấp đều qua nhiều cửa ải hành chánh, giáo hội và quyết định cuối cùng là ban tôn giáo, mặt trận cấp xã, quận, tỉnh...

2) Hệ thống đại học. Cấp Đại học được đào tạo tại các Học viện Phật giáo:

- Tại miền Bắc: Học viện Phật giáo Việt Nam tại Hà Nội[38], đặt tại chùa Non Nước xã Phù Linh, huyện Sóc Sơn, thành phố Hà Nội.

38 Những năm qua, HVPG Việt Nam tại Hà Nội đào tạo trên 1.500 cử nhân Phật học, 400 tăng ni có trình độ cao đẳng, đang đào tạo tiếp 500 cử nhân Phật học và 80 thạc sĩ, 20 tiến sĩ.

- Tại miền Trung: Học viện Phật giáo Việt Nam tại Huế, đặt tại chùa Hồng Đức phường Thủy Xuân, Tp.Huế, tỉnh Thừa Thiên - Huế.

- Tại miền Nam:

    - Học viện Phật giáo Việt Nam tại TP. Hồ Chí Minh, đặt tại Thiền viện Vạn Hạnh phường 4, quận Phú Nhuận, thành phố Hồ Chí Minh.

    - Học viện Phật giáo Nam Tông Khmer đặt tại chùa Pothi Somron phường Châu Văn Liêm, quận Ô Môn, thành phố Cần Thơ.

Học viện Phật giáo Việt Nam tại Hà Nội

Học viện Phật giáo Việt Nam tại Thừa Thiên

Học viện phật giáo TP Hồ Chí Minh

Điều kiện tuyển mộ theo lý lịch và hiến chương

1. Theo lý lịch

Sinh viên tuyển lựa từ các đại học khác như Tổng hợp, Sư phạm, Ngoại ngữ... có thành phần cơ bản (lý lịch đáng tin cậy) được vũ trang bằng lý thuyết giai cấp của Marx-Lênin. Sau đó, lớp người này được "*tráng men*" bằng lý thuyết đạo Phật, phương pháp tụng niệm, hành lễ để "*vào nghề*".

2. Theo hiến chương

Theo điều 21-2 của chương III trong Pháp Lệnh Tín Ngưỡng Tôn Giáo được đem ra thi hành ngày 15/11/2004, có ghi rằng *"Người phụ trách cơ sở tôn giáo khi nhận người vào tu có trách nhiệm đăng ký với Ủy ban nhân dân cấp xã nơi có cơ sở tôn giáo".*

Mục đích chính yếu của điều 21-2[39] là:

- Muốn đi tu làm sư sãi phải được Ủy Ban nhân dân cấp giấy cho đi tu thì môn sinh đó phải có thành tích đạo đức cách mạng hay đảng viên[40], cũng vì thế mới có cái

39 Theo nhà văn Dương Thu Hương lãnh giải quốc tế Cino del Duca "A25 A25 có nhiệm vụ đào tạo sư sãi để "bảo vệ nền chuyên chính". Nhiệm vụ của họ là "khống chế hội phật giáo" biến chùa chiền toàn quốc thành hệ thống pháo đài của quyền lực, rình mò theo dõi tư tưởng dân chúng và... điều này nữa, các tín đồ của Marx không quên: tận thu nguồn lợi béo bở từ đám chúng sinh "mê tín".

40 Năm 2018, bản tin của Thông Tấn Xã Việt Nam cho hay lúc viên tịch, cố Đại

cụm từ "*thầy tu quốc doanh*".

- Giúp cho nhà Nước quản lý tôn giáo bằng lập đội quân thầy tu quốc doanh[41] là một cái nghề nhàn hạ ngồi mát ăn bát vàng thu hút rất nhiều thanh niên sinh viên,

- Vô hiệu hoá những bậc chân tu hiện thời.

3. Y phục thí sinh tốt nghiệp là y phục thí sinh trần tục

Y phục Tiến Sĩ

Thạc sĩ

Cử nhân

Về việc đào tạo tu sĩ thì có 2 ghi chú sau.

Ghi chú 1. Ở trình độ cao cấp thí dụ như thạc sĩ phật học, việc thi tuyển sinh có 3 môn thi gồm: Phật học, Triết học Phật giáo và **Mác-Lênin**, Ngoại ngữ (Anh văn hoặc Hoa văn) trình độ B[42]. Chương trình đào tạo rất bài bản

Lão Hòa Thượng Thích Thanh Sam, phó pháp chủ Hội Đồng Chứng Minh Giáo Hội Phật Giáo Việt Nam, được ghi nhận "**50 năm tuổi đảng.**"

41 Các chức sắc của Giáo Hội Phật Giáo quốc doanh đều là đảng viên đảng Cộng Sản, phần lớn đều mang cấp hàm của an ninh tôn giáo của Bộ Công An Việt Nam và được nhà cầm quyền gửi đi đào tạo ở Tàu

42 Theo thông báo về việc tuyển sinh thạc sĩ Phật học khóa 2 dự kiến tổ chức vào tháng 3/2017 trên website của Học viện Phật giáo Việt Nam tại TP. Hồ Chí Minh.

nhấn manh vào sư hiểu biết triết lý Mác Lê, giáo lý nhà Phật, thuyết giảng giáo lý hấp dẫn, đọc kinh, cúng kiến rất thông thạo nhà nghề thu hút phật tử nhất là phái nữ. Thí dụ như Thượng Tọa Thích Nhật Từ có hơn một triệu "*fan*",

Ghi chú 2. Các học viện phật giáo còn có một chương trình đặc biệt đào tạo tăng ni để gởi ra hải ngoại chiếm chùa của người việt tỵ nạn.

Chỉ cần nhìn vào thực tế riêng tại hai miền Nam, Bắc California thôi, số chùa chiền to, nhỏ của người tỵ nạn mọc lên khắp nơi, nhưng đến nay các vị chân tu đã già hoặc viên tịch lại không có học viện tại hải ngoại đào tạo người thay thế. Để đáp ứng nhu cầu tâm linh người tỵ nạn, nhiều ban trị sự phải nhập cảng sư tăng (quốc doanh) từ quốc nội. Các vị sư quốc doanh này đã được huấn luyện 2 cách chiếm chùa của người tỵ nạn:

1.Chiếm chùa một cách ôn hòa, lương thiện. Ban trị sự hoặc cá nhân tiếp súc với Giáo hội phật giáo Việt Nam gởi người sang thay thế các thầy viên tịch mà không người thay thế.

2. Chiếm chùa theo phương pháp cố hữu:

- Sư quốc doanh đến xin vào tu trong chùa,

*- Tìm hiểu tình hình rồi tìm cách gây chia rẽ Phật tử (*ban trị sự),

- Cuối cùng là chiếm đoạt ngôi chùa vì ban trị sự bất hòa hoặc khi vị tu sĩ chủ trì khuất bóng.

2. Đời sống tăng ni

Các hình ảnh dưới đây mô tả đời sống thường nhựt của sư quốc doanh

Tổ chức đại hội, lễ lạc, nhận ban khen

Trong các buổi lễ phật giáo này, phông cảnh bao giờ cũng có tượng Hồ Chí Minh đứng một mình hoặc an tọa ngang hàng với Đức Chí Tôn.

*Chương trình hoạt động của Lễ Vesak Liên Hiệp Quốc 2019 do Giáo hội Phật giáo Việt Nam đăng tải tổ chức với màn **múa sexy**. Đài Truyền hình Quốc Gia Việt Nam VTV trực tiếp truyền hình*

Hà Nội,

LỄ HỘI VĂN HÓA PHẬT GIÁO
HƯƠNG SEN XỨ NGHỆ 2015
ĐẠI LỄ PHẬT ĐẢN
LỄ HỘI VĂN HÓA PHẬT GIÁO
HƯƠNG SEN XỨ NGHỆ 2015
KỶ NIỆM 125 NĂM
NGÀY SINH CHỦ TỊCH HỒ CHÍ
phatgiao.org.vn

LỄ ĐÓN NHẬN
HUÂN CHƯƠNG HỒ CHÍ MINH CỦA NHÀ NƯỚC
TRAO TẶNG HÒA THƯỢNG THÍCH THANH TỨ

Du ngoạn

Ẩm thực

Chân dung vị sư quốc doanh làm công việc thường thật

Làm việc giữa công an và Giáo hội Phật giáo

Mừng sanh nhật

Chân dung một vị sư lãnh đạo

Chân dung Thượng Tọa Thích Thanh Quyết qua hình ảnh và lời phát biểu. Thượng Tọa là phó chủ tịch Hội Đồng Trị Sự Trung Ương Giáo Hội Phật Giáo Việt Nam, đồng thời còn là đại biểu Quốc Hội tỉnh Quảng Ninh, có bằng tiến sĩ phật học của Trung Quốc, kiêm nhiệm hơn 10 chức vụ.

"Thượng tọa Thích Hành Quyết, đại biểu quốc hội đoàn Quảng Ninh phát biểu về tình trạng oan sai
Tỷ lệ oan sai chỉ "không phẩy không không không không năm" là thấp hơn thế giới rất nhiều
Oan sai là do cán bộ điều tra chưa thẩm nhuần đức nhà Phật

THƯỢNG TỌA THÍCH THANH QUYẾT: "NẾU ĐƯỢC CON ÔNG NỌ, CHÁU BÀ KIA CÓ KHI LÀ PHÚC CHO ĐẤT NƯỚC"
10-2015

SƯ QUỐC DOANH
"Bản chất của thị trường không phải là xấu mà là tốt, đặc biệt chúng ta lại *định hướng xã hội chủ nghĩa* vào đấy nữa thì *lại càng tốt.*"
Đại Biểu Quốc Hội ~~Hòa thượng~~
THÍCH THANH QUYẾT

"Tội phạm gần đây rất tinh tương, à quên, tinh vi .."
"... Oan sai là khó tránh. Vua Lê sáng suốt thế còn xử oan cho công thần Nguyễn Trãi vụ án Lệ Chi viên.
Nhà chùa chúng tôi, có Phật ba nghìn mắt nghìn tay mà vẫn để Thị Kính oan đến lúc chết. Nhà Chùa có lúc nhẫn đến lúc nhục mà vẫn phải nhận. Xin hết !".
ĐBQH Lương Công Quyết (tức Thích Thanh Quyết)

Nhìn vào việc tu hành ngày nay thì người am hiểu đạo Phật biết rằng trong tác phẩm kinh điển của Phật gia *"Phật thuyết pháp diệt tận kinh"*: *"Sau khi Như Lai nhập niết-bàn, khi giáo pháp bắt đầu suy yếu, trong đời ngũ trược ác thế, ma đạo sẽ rất thịnh hành, ma quỷ biến thành sa-môn, xuyên tạc phá hoại giáo pháp của ta. Chúng mặc y phục thế tục, ưa thích y phục đẹp đẽ, cà sa sặc sỡ; uống rượu, ăn thịt; giết hại sinh vật tham đắm mùi vị; không có lòng từ, thường mang sân hận, đố kỵ lẫn nhau. [...]* . Vì vậy những phật tử chân chính tin rằng Phật giáo Việt Nam suy đồi[43] rơi vào thời mạt pháp[44] nên không đặt câu hỏi khi thấy nhiều đạo sự của chùa trái với lời Phật dạy như chùa dâng sao giải hạn, thỉnh vong báo oán, hòm công đức '*không minh bạch*' cho đến xây chùa to để '*buôn thần bán thánh*', trụ trì chùa nọ nói xấu trụ trì chùa kia ...

43 Về sự suy thoái của Phật Giáo, cố Đại Lão Hòa Thượng Thích Thiện Hoa viết trong *Lịch sử Phật Giáo Việt Nam*: *"Thế mà Đạo Phật trong đời nhà Trần, chỉ thịnh phát trong khoảng 50 năm đầu, rồi dừng lại và thoái bộ mãi. Vì hai lý do làm cho Đạo Phật không thể tiến phát được là ở bên ngoài, sự cạnh tranh ráo riết, có nhiều khi là cả một sự đàn áp của Khổng-Giáo; và ở bên trong, giáo lý Đạo Phật dần dần bị xen lẫn mê tín, dị đoan của những tà giáo, ngoại đạo mà các vua chúa trong đời nhà Trần rất sùng mộ."* Hôm nay, một lần nữa, các lãnh đạo "*Giáo Hội Phật Giáo Việt Nam*" thỏa hiệp với giới cai trị và biến đạo Phật thành một loại tà đạo mê tín dị đoan.

44 Mạt pháp 末法. **Mạt***:* Cái ngọn, cuối, hết, **Pháp***:* giáo lý. Mạt pháp là thời kỳ cuối cùng của một nền tôn giáo mà lúc đó, giáo lý bị sửa cải sai lạc, thất chơn truyền, làm cho người tu lầm lạc và không thể đắc đạo. Phật Thích Ca Mâu Ni gọi xã hội nhân loại lúc này gọi là "***Ngũ nghịch trọc thế***", "***ma đạo hưng thịnh***", "***Ma tác sa môn phôi loạn ngô đạo***", tức là ma quỷ chuyển thế xuất gia đến chùa miếu tu hành, phá hoại pháp của Ngài. Lúc ấy, sẽ bại hoại đến mức độ nào? Chính là, áo cà sa có ngũ sắc sặc sỡ, uống rượu, ăn thịt, sát sinh, tham vị, không có từ tâm hơn nữa còn có ghen tức đố kỵ lẫn nhau.

4

BÁC VÀ CHÙA

Sau khi được thành lập, Giáo Hội Phật Giáo Việt Nam mang sắc thái trần tục hóa đạo Phật để thích ứng với môi trường chính trị xã hội chủ nghĩa. Sự biến thể này được nhìn thấy ngay trong:

- Chùa dâng đất Phật để tượng Hồ Chí Minh ngồi trên bàn thờ cùng với đức Phật,

- Thần thánh hóa Hồ Chí Minh trong đạo Phật biến thể,

1. Vị trí Hồ Chí Minh

Bước vào điện thờ chính của các chùa truyền thống, chúng ta nhìn thấy ngay bàn thờ Phật chính giữa. Đàng sau bàn thờ Phật là một hệ thống thờ các vị thần, thánh, Mẫu, vị sư trụ trì, anh hùng dân tộc, người có công xây dựng xã ấp. Tổng hợp bàn thờ Phật với các bàn thờ phụ đàng sau bàn thờ Phật tạo nên các ngôi chùa "*tiền Phật, hậu Thần*" hay "*tiền Phật, hậu Mẫu*".

Trái lại, ngày nay, chùa đạo Phật XHCN thì sắp xếp theo "*Tiền Hồ, hậu Thần*" có nghĩa trên bàn thờ Phật, tương hay hình Hồ Chí Minh an tọa cùng với Đức Phật để tăng ni, phật tử lạy[45].

Đặc biệt khi rước tượng Phật ra ngoài cửa chùa trong các hội nghị Phật giáo hay dịp lễ tụ tập quần chúng thì "*phông*" cảnh luôn luôn là tượng Hồ Chí Minh đặt ngang hàng với tượng Phật.

45 Về mặt giới luật của Phật giáo, lạy một người chết, dù là ảnh, tượng, hay xác cũng phạm giới. Một tăng sĩ lạy cha mẹ ba lạy để đền đáp ơn sinh thành dưỡng dục khi xin phép xuất gia. Sau khi được cha mẹ đồng ý và đã làm lễ thí phát, tăng sĩ Phật Giáo không lạy người chết nữa dù người đó là ai.

Tại buổi lễ mừng ngày sinh của Đức Phật tại Học viện Phật giáo ở Sóc Sơn, Hà Nội, hôm 10/5/2019, Thượng tọa Thích Thanh Quyết, cũng là đại biểu Quốc hội Việt Nam, giới thiệu bức tranh sơn mài "*Đạo pháp và dân tộc*[46]" gây nhiều tranh cãi và bất bình trước việc đạo đời lẫn lộn[47] và đặt Hồ Chí Minh ngang hàng với Đức Chí Tôn.

*Bức tranh sơn mài "*Đạo pháp và dân tộc*"*

46 Nhận định về Bức tranh 'Đạo Pháp và Dân Tộc', Nhà nghiên cứu, Tiến sĩ Nguyễn Xuân Diện cho Đài Á Châu Tự Do biết ý kiến của mình hôm 13/5/2019, như sau:Tôi có xem bức tranh đó, trước hết tôi thấy sự hiểu biết quá nông cạn và quá bệnh hoạn của các họa sĩ này. Bởi vì những họa sĩ có học hành đầy đủ và có nền tảng về tri thức thì không bao giờ người ta vẽ bức tranh như thế. *cho dù người ta có tôn kính Đức Phật Thích Ca Mâu Ni hay tôn kính cố Chủ tịch Hồ Chí Minh hay không, thì người ta cũng không thể phác họa đồ án và trình bày như thế."*

47 Hiện tượng đặt tượng và hình Hồ Chí Minh trên bàn thờ tại chùa, đền cũng đã gây ra tranh cãi và xung đột trên mạng xã hội Việt Nam, giữa một bên là những người sùng kính Hồ Chí Minh như một bậc thánh, một đối tượng tín ngưỡng, và một bên là những người muốn nhìn ông như một nhân vật lịch sử thuần túy, thông qua những chứng cứ lịch sử mà họ đánh giá là chính xác và khách quan.Tiến sĩ Nguyễn Xuân Diện, cho rằng điều này phản ánh một tín ngưỡng, một tâm thế của xã hội Việt Nam, có một cái gì đấy bất ổn về mặt tâm linh.

Bàn thờ Hồ Chí Minh tại chùa Ba Vàng[48]

Theo truyền thống của chùa là *"Tiền Phật, hậu tổ"*, chùa Ba Vàng có hai điểm độc đáo là:

1. Thờ hậu tổ. Trong tòa điện 3 tầng thờ hậu tổ xây sau chính điện, nguyên cả tầng 1[49] gọi là Phụng Tổ Đường có bàn thờ Hồ Chí Minh cùng 2 Đại tướng Võ Nguyên Giáp, Nguyễn Chí Thanh và 12 pho Đại sách[50] ghi danh trên 20 vạn người binh lính đã hy sinh cho cộng sản,

2. Viện bảo tàng của chùa trưng bày hình ảnh tiểu sử và hiện vật (áo cà sa, xe gắn máy) của sư trụ tì Thích Thái Minh hiện **vẫn còn sống**.

Phụng Tổ Đường.

Bàn thờ Hồ Chí Minh
và hai đại tướng

48 Chùa Ba Vàng trên núi Thành Đẳng Sơn thuộc Khu 5, phường Quang Trung, TP Uông Bí (Quảng Ninh) được đại trùng tu, xây dựng lại vào năm 2010 trên cơ sở một ngôi chùa cổ, có thần tích dựng vào năm Ất Dậu (1076), triều tiền Lê, đời vua Lê Dụ Tông.

49 Tầng 2 là nhà thờ tổ thờ Tam Tổ Trúc Lâm

50 Bộ sách có 3 kỷ lục đã được xác lập: Kỷ lục Thế giới, Kỷ lục châu Á và Kỷ lục Việt Nam.

Chùa tại khu du lịch Đại Nam

*"**Phật Hồ Chí Minh**" được thờ tại chùa của khu du lịch Đại Nam (Bình Dương) an vị dưới tượng Phật hoàng Trần Nhân Tông*

Chùa Linh Sơn

Bàn thờ Hồ Chí Minh trong chùa Linh Sơn ở núi Nước, Tri Tôn, An Giang

Chùa Hang

Bàn thờ Hồ Chí Minh ở chùa Hang[51]. Ảnh: Nguyễn Thế Lượng

Chùa Hang thuộc Chợ Chu (Định Hóa, Thái Nguyên).

Chùa Khmerkrom

Hình Hồ Chí Minh thờ tại chùa Khmerkrom (Miên) tại miền Nam

Chùa Serey Kandal (thị xã Vĩnh Châu)

Chùa Sôm Rông (TP. Sóc Trăng)

51 Chùa được *"thiên tạo"* trong hang đá. Bước vào cửa chùa là một vòng tròn cửa hang khá rộng và thoáng mát, bên trong là một hang sâu với vòm mái cao, phẳng được *"sắp xếp"* bởi nhiều hình khối khác nhau của đá.

Ngay cả thân sinh của Hồ Chí Minh là cụ Nguyễn Sinh Sắc cũng được thờ cùng với Hồ Chí Minh trong chùa Hội Khánh ở thành phố Thủ Dầu Một, tỉnh Bình Dương.

Chùa Hội Khánh

Hình thờ cụ phó bảng Nguyễn Sinh Sắc

Các tôn giáo rất nhỏ cũng được phật giáo quốc doanh khuyến khích (có nghĩa bắt buộc) an tọa hình ảnh Hồ Chí Minh trên bàn thờ chính như:

1) *Đạo **Tứ Ân Hiếu Nghĩa**[52] ở Ba Chúc* (Tri Tôn): *đặt di ảnh Bác trên bàn thờ phía Đông Lang của ngôi Tam Bửu điện.*

2) *Đạo Bửu Sơn Kỳ Hương[53]. Tại chùa Thới Sơn,*

---

52 **Đạo Tứ Ân Hiếu Nghĩa có khoảng 100 000 tín đồ, do Bổn sư (Ngô Lợi) khai sáng tại núi Tượng (Ba Chúc, Tri Tôn,** An Giang) vào năm 1876, chùa Tam Bửu tại Ba Chúc là tổ đình. Bàn thờ tại tư gia: trên cùng thờ Quan Thánh, bên dưới Phật, Thánh, Tiên; dưới nữa : Thập Vương, Hộ Pháp Vi Đà, Cửu Phẩm, Tam giáo...
Trước cửa nhà : bàn thờ Thông Thiên hai tầng : tầng trên thờ Chánh Đức Thiên La Thần, tầng dưới thờ Thổ Trạch Long Thần.
Phẩm cúng. Cúng phật như tại chùa, cúng Thần có thêm món cá, cúng giỗ ông bà như cúng Thần.
Các bộ kinh được chuyển thành thể thơ dưới dạng sấm giảng với lời lẽ bình dị, mộc mạc dễ nhớ và dễ đi vào lòng người nông dân, với tôn chỉ " *Tu Nhân-Học Phật* ". Tứ Ân là : Tứ đại trọng ân (đất, nước, gió, lửa) và Tứ trọng ân (tổ tiên, đất nước, tam bảo, đồng bào nhơn loại).

53 Do ông Đoàn Văn Huyên khai sáng năm 1849, tín đồ tập trung ở An Giang, Châu Đốc. Tổ đình : chùa Thới Sơn (Tịnh Biên). Giáo lý : Học Phật tu nhân. Thực hành tứ ân : tổ tiên cha mẹ, đất nước, tam bảo, đồng bào nhân loại.
Đạo Bửu Sơn Kỳ Hương thích ứng với môi sinh khắt khe bằng :
- Tu theo đạo Phật, nhưng không cạo đầu, không áo cà sa, trừ mê tín, không đi chùa, tu ở đâu cũng được,
- Đơn giản hóa thờ cúng đạo Phật : trên ngôi thờ tam bảo chỉ cần một tấm Trần Điều màu đỏ treo trước tường chính điện thể hiện tứ ân, không ly gia cắt ái, không cần ăn

huyện Tịnh Biên- trung tâm của đạo Bửu Sơn Kỳ Hương, bàn thờ Bác được đặt trang trọng ngay chính điện, được cẩn khảm xà cừ, hoa văn rất đẹp.

---

chay, tụng kinh gõ mõ...không cần phẩm cúng bông hoa chỉ cần nước lã là đủ, nội dung giáo lý đơn giản phù hợp với hoàn cảnh và trình độ của nông dân,
- Lập nên những trại ruộng như ở Cần Lố (Đồng Tháp Mười) Láng Linh (Châu Phú), Thới Sơn (Tịnh Biên) ...để giúp dân vừa tu vừa khẩn hoang miền đất hoang vu.

2. Thần thánh hóa Hồ chí Minh

Sau khi Hồ Chí Minh qua đời và được ướp xác tại Ba Đình, Hà Nội thì Nhà nước cộng sản xúc tiến mạnh việc tôn sùng Hồ Chí Minh như một vị thánh. Các trang thông tin của chính quyền các địa phương và báo chí Nhà nước có nhiều bài ca ngợi "*phong tục*" thờ phụng Hồ Chí Minh là một "*nét đẹp văn hóa*", báo Nhân dân ngày 22-1-1997 viết "*Bác Hồ là Bồ Tát, là vị La hán*" ... Muốn biến bác Hồ thành vị thần, vị thánh để thu hút người đến chiêm bái thờ cúng thì phải có 2 điều kiện: 1) Hồ Chí Minh phải có vong hồn mà Bác phủ nhận lúc sinh thời, 2) vong hồn phải hiển linh cho người dân cảm nhận được. Vì vậy mà đảng cộng sản đã nghe theo lời khuyên của người xưa là*:*

"Núi không cần cao, có tiên sẽ linh,

Sông không cần sâu, có rồng sẽ linh,

Chùa không cần to, có người chân tu thì sẽ linh".

Do đó mà mà chúng ta chứng kiến các hình ảnh sau tại chùa phật giáo quốc doanh:

- Đặt hình hoặc tượng Hồ Chí Minh trước tượng Phật Thích Ca[54]*,*

54 Theo truyền thống của chùa thì " Tiền Phật, hậu Thần " có nghĩa đằng sau

- *Thắp nhang, dâng hoa, vái lạy vong hồn Bác,*

- *Tắm tượng Bác cùng với tượng Phật ngày Phật Đản,*

- *Làm lễ "**Hô thần nhập tượng**" để tượng đồng của Bác từ vô tri trở nên linh thiêng.*

Tắm tượng Bác

Nhân ngày Phật Đản, phật tử chùa Cao Linh tại Hải phòng đã tắm tượng Hồ chí Minh cùng với tượng Phật.

Về nguồn gốc, lễ tắm Phật ***đã có từ xa xưa ở Ấn Độ***, dựa vào truyền thuyết hai vị Long vương phun hai dòng nước, một dòng nước lạnh và một dòng nước nóng, tắm cho Thái tử Tất Đạt Đa trong ngày đản sanh[55]. Hai dòng

điện thờ Phật là hậu cung nơi đây có bàn thờ thần như Chư Vị của Đạo Mẫu rồi sau nữa là các án thờ vong linh phật tử. Nhờ Phật Giáo quốc doanh và thờ hình Hồ Chí Minh trong chùa mà cơ sở thờ tự Phật Giáo đã tăng từ 14 048 (1997) lên 18 466 (2017), theo thống kê của Giáo hội Phật Giáo quốc doanh Việt

55 Theo truyền thuyết khi mới sinh ra, Thái tử Tất Đạt Đa đi 7 bước, dưới chân

nước biểu hiệu hai cảnh giới nghịch - thuận trong cuộc đời của mỗi con người. Thái tử đã đứng giữa ranh giới của hai trạng thái với cái tâm an nhiên. Đây cũng là một bài học nhân văn, sâu sắc dành cho hết thảy mọi người.

Nghi lễ[56]. Mỗi lần múc gáo nước đổ lên vai tôn tượng Đức Phật đản sanh thì phật tử tâm nguyện rằng: dù trên đời có gặp việc trái ý, gọi là nghịch cảnh, tâm của chúng ta vẫn bình tĩnh thản nhiên. **Không biết phật tử nguyện gì khi múc gáo nước đổ lên vai Hồ Chí Minh?**

Ý nghĩa. Tu học để chuyển hóa tâm trạng của con người từ phiền não khổ đau thành an lạc và hạnh phúc tiến ***đến sự thanh tịnh ba nghiệp thân khẩu ý của con người. Vậy, khi đã vào nương nhờ cửa từ bi thì tắm tượng Hồ Chủ Tịch cũng mang ý nghĩa này***.

Lễ tắm tượng Hồ Chí Minh và tượng Phật tại chùa Cao Linh, Hải Phòng

nở ra 7 đóa hoa sen, một tay chỉ lên trời, một tay chỉ xuống đất mà nói rằng: "Thượng thiên hạ địa, duy ngã độc tôn" (trên trời dưới đất ta là tôn quý nhất). Cùng khi đó, có chín con rồng phun nước tắm cho Phật sơ sinh.

56 ***Khi tiến hành lễ tắm Phật, bài kệ tắm Phật được xướng tụng là:***
Ngã kim quán mộc chư Như Lai
Tịnh trí trang nghiêm công đức tụ
Ngũ trược chúng sanh linh ly cấu
Đồng chứng Như Lai tịnh pháp thân ...

Khi nhắc đến nghi thức tắm tượng này, chúng ta thường liên tưởng đến ước mơ của con người. Đó chính là sự thanh tẩy trong tâm hồn, loại bỏ những phiền não cũng như những **tư duy lầm đường lạc lối**.

Thổi linh khí tức vong hồn vào tượng Bác

Mỗi khi an vị một tượng Phật, tượng Thánh Thần nào đó được tôn thờ trong chùa thì Phật giáo tổ chức rất trang trọng lễ "*Hô thần nhập tượng*" hay còn gọi là khai quang điểm nhãn. Khi hành lễ, ngón tay vị cao tăng bắt ấn tý, cầm nhang vẽ bùa, "*thổi*" linh khí vào tượng trước khi được thờ cúng.

Theo đạo Phật, hành trì nghi lễ khai quang điểm nhãn là để nhắc nhở mọi người hằng ngày phải luôn luôn hành trì Phật pháp, tuân theo con đường từ bi của Phật mà tu tâm dưỡng tính.

Còn dân gian thì thường hiểu nôm na nghi lễ này là:

3) *Lễ "Hô thần nhập tượng" có mục đích khai mở tượng đá hay đồng* ***từ vô tri trở nên linh thiêng,***

4) *Nếu không làm lễ khai quang, tức là thiếu thần lực của Phật an ngự vào tôn tượng của Phật hay của Hồ Chí Minh, thì có những loài ma quỷ sẽ nhập vào đó để hưởng hương khói và sự cúng dường.*

Mặc dầu biết rằng "*tín ngưỡng*" của Hồ Chí Minh là vô thần, nhưng muốn tượng Hồ Chí Minh thờ tại chùa có thể hiển linh để hưởng được những đặc quyền của các vị thần mà nhân dân thờ cúng nên nhân dịp kỷ niệm 130 năm (2020) ngày sinh chủ tịch Hồ Chí Minh, tại khu lưu niệm chủ tịch Tôn Đức Thắng thuộc thôn Đại Độ, xã Tiên Cường, huyện Tiên Lãng Tp. Hải Phòng, thượng tọa

Thích Quảng Minh trưởng ban trị sự phật giáo huyện Tiên Lãng đã tổ chức "***Lễ hô thần nhập tượng khai quang an vị tượng Hồ Chí Minh***". Tham gia lễ có thứ trưởng bộ kế hoạch đầu tư, phu nhân của Bí thư Thành ủy Hải Phòng, chủ tịch huyện Tiên Lãng, tăng ni phật tử[57].

Hình ảnh Lễ hô thần nhập tượng khai quang an vị tượng Hồ Chí Minh

Tại Ba Lan, nhân dịp kỷ niệm 122 năm ngày sinh nhật Bác, chiều ngày 19-05-2012, Đại đức Thích Đức Đạt làm lễ hô thần nhập tượng cho Hồ Chí Minh cũng được phóng viên Võ Văn Long của Đàn Chim Việt, thường trú tại Varsovie, tường thuật 21 tháng Năm 2012 như sau:

"Trong phần nghi lễ chính, đại sứ Nguyễn Hoằng và phu nhân đã cùng làm lễ hô thần nhập tượng chủ tịch Hồ Chí Minh. Trong nghi lễ, việc 'mời' linh hồn Hồ Chí Minh để nhập vào tượng trực tiếp từ Lăng trên quảng trường Ba Đình hay từ hang Pác bó, và Bác sang Ba Lan bằng phương tiện giao thông nào là một điều bí hiểm thuộc 'bí mật ngoại giao' mà ông Hoằng đại sứ giữ kín không tiết lộ."

Một số hình ảnh từ buổi lễ:

57 Trên internet, **lễ hô thần nhập tượng Hồ Chí Minh** cũng được tường thuật ở vài nơi, thí dụ như UBND Quận Tây Hồ cùng Đảng ủy phường Phú Thượng tổ chức nhưng trang này bị xóa với hàng chữ Not Found vì một số người " *cộng sản thuần túy* ! " còn sót lại đã lên tiếng phản đối tính khôi hài của việc làm này

Mừng hay buồn?

Ngày nay, cảnh tượng Bác núp bóng từ bi và cán bộ quan chức cộng sản tin vào tâm linh như người dân thường đã gây ra những luồng dư luận vui buồn nhất là trong giới blogger. Về việc đặt tượng, hình Hồ Chí Minh ngang với Đức Phật, người hiểu đạo Phật thì biết rằng trong "*Kinh Kim Cang*" đức Phật dạy: "*Nhược dĩ sắc kiến ngã, dĩ âm thinh cầu ngã, thị năng hành tà đạo, bất năng kiến Như Lai* — Nếu ai đó muốn nhìn thấy ta qua hình tướng, hoặc tìm cầu ta qua âm thanh. Đó là cách của kẻ tà đạo, người ấy không bao giờ thấy được Như Lai." Đến với đạo Phật là đến để thấy và biết không phải đến để tin, nơi đâu có sự hiểu biết, nơi ấy có giác ngộ.

Song song với việc an vị tượng Hồ Chí Minh tại chùa để vong hồn Bác nương cửa từ bi, đảng cộng sản xây đền thờ Bác khắp nơi để vong hồn Bác gia nhập vào gia đình thần thánh cổ truyền của Việt Nam.

5

ĐỀN XÃ HỘI CHỦ NGHĨA

Theo tín ngưỡng dân gian, vị trí cuối cùng của cuộc đời bên kia thế giới là trở thành thần hay thánh. Khi một nhân vật lịch sử được nhân dân đưa lên địa vị đó thì họ xây nhà tức đền cho thần thánh cư ngụ. Muốn đạt được vị trí thần thánh thì nhân vật đó phải hội đủ điều kiện thiết yếu sau:

- Vong hồn hiển linh làm cho dân chúng cảm nhận được. Thí dụ có vị xuất thân là ăn mày, kẻ cắp nhưng chết đúng giờ thiêng mà trở thành Thần Hoàng của xã vì vong hồn hiển linh được nhân dân công nhận,

- Vong hồn can thiệp vào đời sống trần gian trên một địa bàn lớn rộng của quốc gia để ban phúc, giáng họa thì được nhân dân tôn thờ là Thánh ở vị trí cao nhất của đời người. Thí dụ như Đức Thánh Trần, Thánh Mẫu Liễu Hạnh ...

Sau khi văn hóa xã hội chủ nghĩa sụp đổ năm 1986, tục thờ cúng vong linh thần thánh và vong hồn người chết đã trở lại với tín ngưỡng dân tộc sau mấy chục năm bị cộng sản cấm đoán. Tại Việt Nam xã hội chủ nghĩa, đảng cộng sản cũng đi theo phong trào đó mà thần thánh hóa Bác bằng các cách sau:

- Đặt tương Bác trong chùa rồi "Hô thần nhập tượng",

- Xây dựng nhà ở cho thờ cúng vong hồn Bác giống như nhà ở của các thần thánh cổ truyền (đền), đó là lý do tại sao Đảng xây dựng đền thờ Bác khắp nơi trên đất nước[58], từ đỉnh Ba Vì[59] đến đảo cô Tô, Trà Vinh, Bạc Liêu[60] ...

Để độc giả hiểu rõ ước mơ và căn nhà của vong hồn Bác, chúng ta xem qua các điều sau:

- *Ý nghĩa của đền,*
- *Đền xã hội chủ nghĩa,*
- *Ước mơ thành Thánh của Bác.*
- *Các hình thức thánh thần hóa Bác.*

---

58 Với tính cách thông tin, soạn giả viết lại ý kiến của vài blogger của "*thế lực thù địch chống Đảng*" giải thích lý do tại sao xây đền để cho vong hồn Bác được an toàn là vì: Đền là Nhà của Thần mà người dân rất kiêng dè vì sợ bị Thần phạt, không ai dám phá nên đền là **hầm ẩn núp** an toàn dù có biến cố phá đài kỷ niệm, giật sập tượng lãnh tụ sảy ra như ở Đông Âu, Xô Viết, Vong hồn (với điều kiện có hiển linh) lúc nào cũng có hương khói, đồ cúng do người dân tự nguyện mang đến chiêm bái dù thần linh đó là **chó đá**, **thiên cẩu**, Người dân đi qua đều cung kính ngả nón, xuống ngựa, đám ma đi qua thì phải ngừng kèn trống.

59 Trong đền có tượng thờ Hồ Chí Minh bằng đồng, trước tượng có khắc câu " *Không gì quí hơn độc lập và tự do* ", bên ngoài có bia đá " *Dân tộc ta, nhân dân ta, non sông đất nước ta đã sinh ra Hồ chủ tịch, người anh hùng dân tộc vĩ đại ...* "

60 Đền thờ mẫu thân của Hồ Chí Minh là bà Hoàng Thị Loan tại thôn Vân Nội, Xã Hồng Tiến, huyện Khoái Châu, tỉnh Hưng Yên, Đền Chung Sơn thờ gia tiên Hồ Chí Minh tại xã Kim Liên, huyện Nam Đàn, Nghệ An

1. Đền trong văn hóa cổ truyền

Trong văn hóa cổ truyền của cha ông để lại, đền có hai nhiệm vụ tâm linh chính yếu để thuyết phục quần chúng tự động đến sùng bái:

- *Cúng tế vong hồn thần,*

- *Vong hồn thần hiển linh cứu giúp dân chúng.*

Tại sao thờ cúng vong hồn thánh thần?

Muốn trả lời câu hỏi, chúng ta cần hiểu ý niệm hồn và vía (phách) của người xưa.

Hồn[61] 魂 là phần tinh thần của mỗi người rất linh thiêng nên gọi là linh hồn; sau khi chết hồn bay lên trời.

Vong hồn 亡魂 là hồn người chết. Theo truyền thống, khi một người qua đời, vong hồn sẽ về nhà 7 lần trong 49 ngày trước khi đi đầu thai hoặc sẽ tùy nghiệp tái sanh vào một trong những cảnh giới của lục đạo (trời, a tu la, người, súc sanh, ngạ quỷ và địa ngục)

Vía là tiếng Việt đồng nghĩa với tiếng Hán Việt[62] phách

61 Theo đạo Giáo, Ba hồn là:
-Thai quang là nguyên thần, không có là chết, ngụ trong tim Tâm, thần
-Sảng linh: thông minh, khôn ngoan thể khí
-U tinh giác quan, tình cảm yêu ghét, tình, đói khát

62 Theo từ điển Thừa Chửu, Vía là tinh khí của con người. Phàm vật gì tinh khí

魄[63], Vía là mặt tối của hồn tức mặt âm nên hồn vía hay đi đôi với nhau như cặp âm dương[64].

Lúc sống vía ngụ trong phế (phổi) và cùng hồn quyện với nhau, đến lúc chết thì hồn phách lìa nhau[65]. Sau khi chết, **vía** (vong hồn) **còn ở lại trần thế**[66], vía của người thường hiện ra thì ta gọi là ma[67], quỉ[68] còn vía của thần thánh thì hiện dưới hình thức hiển linh chữa bệnh, bắt tà ma (tại đền Kiếp Bạc*),* phù trợ người sống, làm "*kiệu bay*" ngày lễ hội ... Hiện **tượng hiển linh của vong hồn là nguồn gốc của đền thờ thần thánh, của tục lệ thờ cúng giỗ tổ tiên, đốt vàng mã**.

Chức vụ tâm linh của đền

Sau vai trò làm nơi thờ thần thánh hay anh hùng dân tộc, sanh hoạt chính của đền là tổ chức lễ hội 禮會 có

---

hết kiệt, chỉ còn hình chất lại gọi là phách. Theo đạo Cao Đài, ngày lễ tưởng niệm các vị thánh thần thì gọi là lễ vía.
Trong đạo Cao Đài, Vía là lễ sinh nhựt, lễ kỷ niệm ngày sanh của một Đấng thiêng liêng
Trong đạo Mẫu, Vía là biểu hiện cho oai lực Thần Thánh.Td: **Cờ vía:** cờ bằng giấy màu của những người đồng bóng thờ Thần Thánh, khi rước đi liền với kiệu.

63 Đạo Cao Đài: Thất phách 7 dây oan nghiệt nơi khí sanh quang tụ lại tại 7 khiếu sanh ra dòng điện từ. Khi ngủ 7 dậy hợp thành một đưa chân thần ra khỏi xác trở thành giấc mơ, giật mình tỉnh dây sợi dây lai chia thành 7. Phép đoạn căn là cắt 7 sợi dây oan nghiệt.
Theo Phật giáo cúng 49 ngày: từ lúc sanh ra 7 ngày có một vía, 49 ngày đủ vía , vía là gây tội lỗi nên sau khi chết vong hồn phải qua 7 lần khám xét , mỗi lần 7 ngày rồi mới được siêu thoát
Theo Đạo Giáo, 7 phách là: thi cẩm (vui) , phục thỉ (tức giận) , tước âm (buồn), thôn tặc (sợ hãi), phi độc (tình yêu), trừ uế (ác), xú phế (ham muốn) tức là thất tình ái ố hỉ nộ ai lạc cụ.
" *Thác là thể **phách**, còn là tinh anh* " (Kiều)

64 Nên thường nói:"*thất hồn lạc phách*" 失魂落魄 hết hồn hết vía, "*hồn phi phách tán*" 魂飛魄散 hồn bay phách tán.

65 Đoạn trường tân thanh có câu: " *Kiều rằng những đấng tài hoa, thác là thể phách còn là tinh anh* "

66 Tại xã Nam Sơn, Bắc Ninh, chùa cổ Hàm Long giúp tín đồ " *nhốt vong* " những người chết vào *" giờ Trùng "*

67 Ma là tiếng Hán dịch từ chữ Mắra Ấn Độ chỉ thần dục vọng

68 Quỉ : vong hồn dân thường, tiểu nhân ; Thần : Vong hồn vua quan, quí nhân...

nghĩa cúng tế vong hồn thần và họp mặt dân làng. **Lễ hội** là một sự kiện văn hóa được tổ chức mang tính cộng đồng. Theo thống kê 2009, hiện cả nước Việt Nam có 7.966 lễ hội[69].

Lễ Hội[70] bao gồm 2 phần: *Lễ* (tế rước mang màu sắc tâm linh) và *Hội* (các trò chơi dân gian, vừa thể hiện tính khéo léo vừa nêu cao tinh thần thượng võ, tính đoàn kết của cộng đồng).

Phần lễ

- *Lễ rước kiệu Thần: Đám rước kiệu, nhiều màu sắc của rất nhiều cờ ngũ sắc, trang phục quan lính truyền thống. Tại nhiều đền, lễ rước kiệu là lúc Thần hiển linh dưới hình thức kiệu bay (*Cảnh kiệu bay được phổ biến rất nhiều trên internet),

- *Lễ tế cổ truyền*[71] *gần như giống cảnh tế vua Hùng trong nước và hải ngoại.*

- *Lễ dâng hương. Mỗi người đều thắp lên vài nén hương.*

Phần hội

- *Phần Hội là sinh hoạt văn hóa, tôn giáo, nghệ thuật của cộng đồng, Phần hội rất phong phú, đa dạng*

69 trong đó có 7.039 lễ hội dân gian (chiếm 88,36%), 332 lễ hội lịch sử (chiếm 4,16%), 544 lễ hội tôn giáo (chiếm 6,28%), 10 lễ hội du nhập từ nước ngoài (chiếm 0,12%), còn lại là lễ hội khác (chiếm 0,5%)

70 Ngày 16/11/2010, tại thành phố Nairobi (thủ đô của Kenya), trong kỳ họp thứ 5 của Ủy ban liên Chính phủ theo Công ước năm 2003 của UNESCO, Hội Gióng ở đền Phù Đổng và đền Sóc đã chính thức được công nhận là Di sản văn hóa phi vật thể đại diện của nhân loại

71 Lê tế truyền thống đền Kiếp Bạc trước bị cộng sản cấm nay được phục hồi tháng 8, 2006

*hấp dẫn người dân tự động đến dự. Có nhiều trò chơi dân gian như cuộc thi hát xoan (*tức hát ghẹo*), những cuộc thi vật, thi kéo co, hay thi bơi trải ở ngã ba sông Bạch Hạc, thi gói bánh chưng, giã bánh dày, vật dân tộc... và các hoạt động văn hoá, văn nghệ khác.*

Lễ hội đền Kiếp Bạc

Lý do người xưa xây đền

Từ xưa, phần nhiều đền miếu được người dân tự động họp nhau xây nên để thờ cúng ở bất cứ nơi nào có xuất hiện hiển linh của vong hồn mà người dân cảm nhận được thí dụ như chữa khỏi bệnh, dập tắt cháy nhà, giúp cho thi đỗ, hành hạ cho điên cuồng, sẵn sàng che chở, âm phù cho cộng đồng bình an, thịnh vượng ...

Dân sẽ tự động họp nhau xây đền, bệ thờ mặc dầu sự hiển linh đó là:

1. *Vong hồn của con chó (*thờ linh cẩu ở miền Trung hay chó đá tại miền Bắc*),*

2. *Ác nhân hút máu đàn bà* (thờ phạm Nhan, xã An Bài, huyện Chí Linh),

3. *Thần người Chàm,* (thờ Thiên Y A Na ở Huế), *người Phù Nam* (bà chúa Xứ tại Châu Đốc) ...

Đền Thần Cẩu trên hồ Trúc Bạch Hà Nội

Bia thờ thần cẩu

Bệ thờ chó đá gọi là Quan lớn Hoàng Thạch[72]

Thờ Linh Cẩu ở Huế

---

72 Tại xã Phương Đình, Đan Phượng, Hà Nội

2. Kiến trúc đền XHCN

Sau Cách mạng tháng Tám năm 1945, Hồ Chí Minh phát động một " *Chính sách văn hóa xã hội chủ nghĩa* " để xây dựng căn nhà "*văn hóa mới*" thay thế văn hóa cổ truyền của dân Việt. Đây là thời kỳ cưỡng bách văn hóa lần thứ ba[73] (1945-1986) do chính người Việt ép buộc người Việt tự hủy diệt văn hóa cổ truyền của người Việt để theo văn hóa XHCN gốc lý thuyết Mác-Lenin và Mao Trạch Đông. Trong bối cảnh đó, bản chất **vô thần** của nhà Nước cộng sản là:

1. *Cấm đoán phần văn hóa phi vật chất như là tập tục, tín ngưỡng (*thờ vong hồn thần thánh, tổ tiên, lên đồng), *hội làng* (lễ hội, ca trù, quan họ ...),

2. *Phá hủy phần văn hóa hữu thể. Theo hai quyển hồi ký của nhà thơ Võ Văn Trực (*Chuyện làng ngày ấy và Cọng rêu dưới đáy ao) *thì ở Nghệ An quê ông, người ta phá đình, đền, thờ cúng tổ tiên, nhiều sách vở chữ nho và*

73 Thời cưỡng bách văn hóa lần thứ nhất bởi Hán Đường (43 đến 938) bắt dân Việt theo văn hóa Trung Hoa,
Thời cưỡng bách văn hóa lần thứ hai (1414-1427), quân Minh cưỡng ép dân ta theo văn hóa Trung Hoa được sử gia Trần Trọng Kim mô tả như sau: "*Bọn Hoàng Phúc ở lại sửa sang các việc trong nước để khiến cho người An Nam đồng hóa với người Tàu. Lập ra đền miếu bắt người mình cúng tế theo như tục bên Tàu, rồi cách ăn mặc cho chí sự học hành, việc gì cũng bắt theo như người Tàu cả. Còn cái gì là di tích của nước mình như là sách vở thì thu nhặt đem về Tàu hết sạch... Bắt con trai con gái không được cắt tóc, đàn bà con gái thì phải mặc áo ngắn quần dài theo như người Tàu cả.*"

chữ nôm, hoành phi, câu đối bị đốt, lễ hội bị đình chỉ[74] *vì bị coi là tàn dư của văn hóa phong kiến. Đình chùa, miếu mạo, nhà thờ họ, mộ cổ, tập thể hoá cả mồ mả ông bà, sửa đổi phong tục tập quán bị coi là hủ lậu*[75].

Từ năm 1986, người cộng sản quay về với văn hóa cổ truyền hữu thần nên nghĩ đến xây cất đền cho Hồ Chí Minh và có tham vọng biến Bác thành một vị Thánh để quan chức và dân chúng đến dâng hương, dâng hoa tưởng nhớ Bác Hồ; nhưng, vài địa phương lại muốn tổ chức lễ hội đền Hồ Chí Minh quy tụ đông đảo quần chúng như tại đền Đức Thánh Trần, đền Mẫu, đền Bà Chúa Xứ ... rất tiếc đến nay vẫn thất bại trong dự án này vì không hội đủ 2 điều kiện tâm linh là Bác có vong hồn và vong hồn Bác phải hiển linh cho người dân cảm nhận được.

Dưới đây là hình ảnh Kiến trúc đền Hồ Chí Minh

---

74 Từ năm 1950 trở đi những nguyên lý văn hoá vô sản dần dần chi phối nền văn hoá Việt Nam. Theo hai quyển hồi ký của nhà văn Võ Văn Trực (*Chuyện làng ngày ấy* và *Cọng rêu dưới đáy ao* do NXB Lao Động ấn hành tháng 6 năm 1993) thì ở Nghệ An quê ông, người ta phá đình chùa, tập thể hoá cả mồ mả ông bà, sửa đổi phong tục tập quán bị coi là hủ lậu. Ở các vùng khác chưa ai viết ra, nhưng nói chung cũng na ná như vậy. Đến sau 1975, những người lãnh đạo văn hoá ở Thừa Thiên Huế còn dùng nội cung cố đô Huế làm kho giấy và cho phá bỏ Đàn Nam Giao khiến lòng dân bức xúc có nhiều câu ca dao phản đối.

75 Trong Tuyên ngôn Đảng cộng sản, trả lời câu hỏi vì sao chủ nghĩa cộng sản xoá bỏ tôn giáo, tín ngưỡng cũ, Marx và Engels viết: "*Cách mạng xã hội chủ nghĩa là sự đoạn tuyệt triệt để nhất với chế độ sở hữu cổ truyền ; không có gì đáng lấy làm lạ khi thấy rằng trong tiến trình phát triển của nó, nó* ***đoạn tuyệt*** *một cách triệt để nhất là với những tư tưởng cổ truyền*" (Nhà XBST, 1974, trang 78).

Đền thờ Hồ Chí Minh ở Tuyên Quang
Ảnh: Mạnh Cường

Tại đảo Cô Tô (Quảng Ninh)

Đền thờ Hồ Chí Minh tại Quảng Bình (Ảnh: Sưu tầm)

Tại Trà Vinh *Tại Sóc Trăng,*

Ảnh: H.LAN

Đền Hồ Chí Minh tại Bạc Liêu *Cà Mau.*

Ảnh: NHÃ QUYÊN

3. Ước mơ thành Thánh

Sau hình ảnh bề ngoài của Hồ Chí Minh như Tố Hữu mô tả dưới đây.

"Còn đôi dép cũ mòn quai gót
Bác vẫn thường đi giữa thế gian!"

"Bác Hồ đó chiếc áo nâu giản dị
Màu quê hương bền bỉ đậm đà..."

thì Hồ Chí Minh có ước mơ về ngội vị và sự nghiệp của mình đứng trên các vị Thánh Tổ của người Việt tôn thờ.

Đứng ngang hàng với Đức Thành Trần

Lúc sinh thời, qua bài thơ ghi lại tại đền thờ Vạn Kiếp[76], Hồ Chí muốn đứng ngang hàng (xưng tôi, bác) với Đức Thánh Trần:

*Suy ra **Tôi Bác** cũng anh hùng*
Sau trước cùng chung giữ núi sông.

Sự nghiệp vĩ đại hơn Đức Thánh Trần

Trong bài thơ đề tại đền Vạn Kiếp, Hồ Chí Minh ước

76 Bài thơ đề tại đền thờ Đức Trần Hưng Đạo: Suy ra tôi Bác cũng anh hùng/ Sau trước cùng chung giữ núi sông/Bác đuổi quân Nguyên thanh kiếm bạc/Tôi xua giặc Pháp, ngọn cờ hồng/Bác đưa dân tộc qua nô lệ/Tôi dẫn năm châu đến đại đồng/Bác có khôn thiêng cười một tiếng/Giúp tôi kháng chiến sớm thành công.

mơ sự nghiệp của mình vĩ đại hơn Đức Thánh (Nhưng tiếc thay không thành):

Bác đưa dân tộc qua nô lệ
***Tôi dẫn năm châu** đến đại đồng.*

Chiếm ngôi vị cao hơn Đức Thánh Tản

Theo đảng cộng sản, Hồ Chí Minh có di nguyện được trải tro trên núi Vua (1296M) cao hơn núi thờ Đức Thánh Tản Viên (1226M)[77]. Để thỏa mãn ước mơ của Hồ Chí Minh, Đảng cộng sản cho xây đền thờ Hồ Chí Minh trên núi Vua của Ba Vì (1998-1999).

Ước mơ " Danh nhân văn hóa được UNESCO vinh danh ". Trong một văn bản của UNESCO về kỷ niệm ngày sinh của Hồ Chí Minh vào năm 1990, UNESCO đã **gọi ông** là "*anh hùng giải phóng dân tộc, danh nhân văn hóa*" (**chứ không vinh danh hay công nhận**). Từ sự kiện đó mà sách báo, video của con cháu Bác... mập mờ rao truyền Hồ Chí Minh được UNESCO vinh danh là "*Danh nhân văn hóa*"[78].

Dãy núi Ba Vì[79] tỉnh Hòa Bình được coi là núi tổ của nước Đại Việt với 3 ngọn, trong đó hướng Đông là đỉnh Vua cao 1.296m so với mực nước biển, trên đó tọa lạc đền thờ Hồ Chí Minh năm 1999. Đối diện về phía Tây là

77 Đức Thánh Tản đứng đầu "*tứ bất tử*" theo tín ngưỡng của người Việt (Thánh Tản Viên, Thánh Gióng, Chử Đồng Tử, Bà chúa Liễu Hạnh) sau đó là Đức Thánh Trần, Đức thánh Nguyễn, Đức thánh Láng.

78 Điều đáng buồn là 6 vị danh nhân Việt (Nguyễn Trãi, Nguyễn Du, Chu Văn An, Nguyễn Đình Chiểu, Hồ Xuân Hương, Hải Thượng Lãn Ông) bị kéo vào vụ lừa dối là đứng cùng với Hồ Chí Minh trong danh sách " *tưởng tượng* " được UNESCO vinh danh.

79 Ngài Nguyễn Trãi viết: "*Tản Viên là tên núi, núi có ba ngọn cao chót vót… núi ấy là núi tổ của nước ta đó… Thần núi Tản Viên gọi là Trụ Quốc Đại Vương linh hiển có tiếng…*" (Nguyễn Trãi, toàn tập)

đỉnh Tản Viên, cao 1.226m, nơi có đền Thượng thờ Đức Thánh Tản Sơn Tinh. Tiếp đó là đỉnh Ngọc Hoa (tương truyền là con gái Vua Hùng thứ 18) cao 1.120m. Núi rừng Ba Vì không chỉ gắn liền với truyền thuyết Sơn Tinh - Thủy Tinh huyền thoại mà còn là nơi linh thiêng của xứ Đoài (Ba Vì) xưa của nước Việt Nam[80].

Đền được xây dựng theo phong cách kiến trúc truyền thống có mái đao uốn cong ở 4 phía, dựng trên những chiếc cột tròn trên chân đá tảng.

Phía sân trước đền thờ là tấm bia đá lớn nguyên khối, mặt trước khắc: "*Dân tộc ta, nhân dân ta, non sông đất nước ta đã sinh ra Hồ Chủ Tịch, người anh hùng dân tộc vĩ đại, và chính Người đã làm rạng rỡ dân tộc ta, nhân dân ta, non sông đất nước ta*"[81]. Mặt kia khắc bút tích Di chúc của Hồ Chí Minh.

Ở bức tường đầu hồi của đền có hình trống đồng với hình bản đồ Việt Nam và dòng chữ màu vàng của Hồ Chí Minh: "*Nước Việt Nam là một, dân tộc Việt Nam là một. Sông có thể cạn, núi có thể mòn, song chân lý đó không bao giờ thay đổi* "

Trên bệ thờ đá có bức tượng Hồ Chí Minh đúc bằng đồng trong tư thế ngồi, phía trên là bức hoành phi ghi dòng chữ: "***Không có gì quý hơn độc lập, tự do***".

Gần đền thờ Hồ Chí Minh, năm 2010, Đảng cộng sản dựng Tháp Báo Thiên sao chép lại kiến trúc Tháp Báo Thiên thời nhà Lý (12 tầng)[82], một trong "*An Nam tứ đại*

---

80 Theo truyền thuyết, xưa kia vua nhà Đường coi núi Ba Vì như một đầu rồng hùng mạnh, còn thân rồng chạy suốt tới phương Nam (dãy Trường Sơn ngày nay).

81 Một đoạn trong điếu văn của Ban chấp hành Trung ương Đảng do Tổng Bí thư Lê Duẩn đọc trong lễ tang của Hồ Chí Minh năm 1969

82 Tháp Báo Thiên thời nhà Lý (12 tầng) được xây năm 1057 ở Chùa Báo Thiên, được xếp vào một trong An Nam tứ đại khí, bốn vật báu của đất nước, mà ba vật

khí". Nhưng tháp Báo Thiên mới (13 tầng) cao hơn tháp nguyên thủy (12 tầng) cho hợp tham vọng của Bác.

Đền Hồ Chí Minh trên đỉnh núi Vua Ba Vì

Bên trong đền Hồ Chí Minh

Tháp Báo Thiên

Người dân mong chờ

Ngày nay thì đền thờ Bác xây dựng khắp nơi, vong hồn bác ngồi cao hơn Đức Thánh Tổ Tản Viên còn người dân nhất là nười cộng sản đang mong ngóng xem vong hồn Bác:

1. Có linh thiêng hơn Đức Thánh Tản không? Hơn hai ngàn năm nay, đức Tản Viên được suy tôn là vị thánh linh thiêng nhất trong bốn vị "Tứ bất tử" trường tồn trong những giá trị tâm linh. Một số vua, các quan và con dân nước Việt thường đến nơi thờ thánh Tản Viên thắp hương thành

quý giá khác là tượng Phật chùa Quỳnh Lâm, Vạc Phổ Minh và Chuông Quy Điền.

kính, Nhà nước và nhân dân thờ Ngài trong nhiều ngôi chùa, đền, đình, miếu…

2. Có hiển linh không để người dân tổ chức lễ hội tại đền Bác, đến lễ bái xin bùa, xin xâm, cầu tiền tài, tiến chức,

Khi đến tham quan cảnh linh thiêng của núi Ba Vì mà nhìn thấy các **phế tích** xây cất thời Pháp cùng với sự mong đợi Bác hiển linh tại đền Hồ Chí Minh mới xây trên núi Ba Vì thì sao chẳng làm cho lòng người bâng khuâng suy nghĩ[83]. Núi Ba Vì được dân Việt coi như đất tổ linh thiêng từ ngàn năm nên mọi xây cất bất xứng của kẻ cường quyền đều bị người dân hủy bỏ thí dụ như hiện nay trên núi Ba Vì còn nhiều phế tích thuộc thời Pháp như nhà thờ đạo, trại cô nhi viện, khu hành chính, khu quân sự và khu sinh hoạt của sĩ quan Pháp, trại tù …

Phế tích xây cất của cường quyền Pháp

83 Với tính cách thông tin, soạn giả viết lại ý kiến của vài blogger của "*thế lực thù địch chống Đảng*" giải thích lý do tại sao xây đền để cho vong hồn Bác được an toàn là vì:

- Đền là Nhà của Thần mà người dân rất kiêng dè vì sợ bị Thần phạt, không ai dám phá nên đền là **hầm ẩn núp** an toàn dù có biến cố phá đài kỷ niệm, giật sập tượng lãnh tụ sảy ra như ở Đông Âu, Xô Viết.
- Vong hồn (với điều kiện có hiển linh) lúc nào cũng có hương khói, đồ cúng do người dân tự nguyện mang đến chiêm bái dù thần linh đó là **chó đá**, **thiên cẩu**,
- Người dân đi qua đều cung kính ngả nón, xuống ngựa, đám ma đi qua thì phải ngừng kèn trống.

4. Làm sao hiển linh?

Sau năm 1986, việc sùng bái Hồ Chí Minh mang đậm hình thức tâm linh cổ truyền như lễ hội, dâng hương tại đền, rước tượng Bác, lập bàn thờ vong hồn Bác tại đình, đặt hình Bác bên cạnh vong hồn gia tiên. Nhưng vấn đề vẫn đặt ra cho cán bộ là làm thế nào để vong hồn Bác hiển linh cho người dân cảm nhận được?

Tổ chức lễ hội tại đền Hồ Chí Minh

Sau khi xây đền xong, nhiều địa phương muốn nâng tầm giỗ Bác (ngày 2/9) thành một lễ hội chính thức như các lễ hội cổ truyền, nhưng đến nay chưa địa phương nào thực hiện được giấc mơ đó vì thiếu điều kiện tâm linh thí dụ như vong hồn của Bác hiển linh làm cho người dân cảm nhận được như ban ơn, ban phước, ban bùa trừ tà ma ... Vì vậy mà đền thờ Hồ Chí Minh tại Sóc Trang đã quảng cáo lễ hội của đền trên internet rồi lại phải bãi bỏ.

Đền Hồ Chí Minh tại Vĩnh Lợi, Bạc liêu mới chỉ có dự án lễ hội như sau.

Phần lễ: Dâng phẩm vật, dâng hoa, dâng hương, mặc niệm tưởng nhớ về Bác, phát biểu của Trưởng Ban tổ chức ...

Phần hội: Liên hoan đờn ca tài tử, ca múa nhạc, biểu diễn cải lương, ca ngợi quê hương Vĩnh Lợi tỉnh Bạc Liêu; hội thi thiếu nhi vẽ tranh, cắm trại, đốt lửa trại ...

Hiện tại, Ban tổ chức nào cũng còn bị ám ảnh bởi **sự thực phũ phàng** về việc dân đi thăm lăng Bác là để được ăn, được nghỉ làm việc tại hợp tác xã và ngày nay người đến thăm lăng như loan báo ngày 2-9-22 thì được tặng một phần quà gồm: nước uống hoặc sữa và bánh đã được chuẩn bị sẵn. Việc nghiên cứu lễ hội vẫn còn bàn cãi vấn đề then chốt là làm sao cho nhân dân cảm thấy đền Bác "*linh*" để tự động kéo đến cầu tài, cầu mệnh.

Người xưa nói: *Núi không cần cao, có tiên sẽ linh, sông không cần sâu, có rồng sẽ linh, chùa không cần to, có người chân tu thì sẽ linh.*

Chính quyền Hà Nội đã gửi tặng du khách viếng Lăng Bác 20.000 phần quà trong ngày 2-9-22 Mỗi suất quà gồm: nước uống hoặc sữa và bánh đã được chuẩn bị sẵn.

Lễ hội truyền thống theo văn hóa XHCN

Cho đến nay, lễ hội của hầu hết đền Hồ Chí Minh chỉ giới hạn vào lễ nghi dâng hoa, dâng hương của quan chức địa phương trước tượng của Bác. Gần đây có vài địa phương (Hải Phòng, xã Nam Cường, làng Sen) tổ chức lễ hội đền Hồ Chí Minh theo tinh thần xã hội chủ nghĩa.

Sáng ngày 25/3/ năm 2023, Đền thờ Bác tại xã Nam Cường, Yên Bái đã tổ chức khai mạc Lễ hội truyền thống Đền thờ Chủ tịch Hồ Chí Minh qua lễ nghi dâng hoa, dâng hương, tiếp theo là mừng thọ các vị cao niên, các hoạt động văn nghệ, thể thao, thi đấu kéo co, bóng chuyền, cờ tướng và các trò chơi dân gian khác.

Mừng thọ cho 58 cụ cao niên.

Đền Chung Sơn nơi thờ gia tiên Hồ Chí Minh

Lễ hội diễn ra từ ngày 12 đến ngày 19/5 với nhiều hoạt động sau:

Sáng 12/5, Ban tổ chức Lễ hội làng Sen làm lễ dâng hoa trước tượng đài Hồ Chí Minh tại Quảng trường Hồ Chí Minh

21 huyện, thành phố, thị xã tham gia Lễ hội đã tổ chức diễn hành từ thành phố Vinh về quê hương Chủ tịch Hồ Chí Minh;

Làm lễ dâng hoa, dâng hương tại Đền Chung Sơn, đền thờ gia tiên Chủ tịch Hồ Chí Minh và Khu di tích Kim Liên,

Tổ chức lễ rước ảnh Bác theo hành trình từ quê ngoại về quê nội Bác ở xã Kim Liên, huyện Nam Đàn.

21 huyện, thành phố, thị xã tham gia Lễ hội đã tổ chức diễu hành từ thành phố Vinh về quê hương Chủ tịch Hồ Chí Minh.

Đoàn rước ảnh Bác Hồ từ quê ngoại sang quê nội của Bác.
Ảnh: Thanh Tùng-TTXVN

Đoàn rước ảnh Bác Hồ từ quê ngoại sang quê nội của Bác.
Ảnh: Thanh Tùng-TTXVN

Thần thánh hóa Hồ Chí Minh tại đình làng

Theo tập tục của văn hóa cổ truyền, đình là nơi thờ " *vong* 亡 " của thần Thành Hoàng. Thờ vong là thờ linh hồn người chết nên **<u>không có tượng thờ</u>** của Thành Hoàng tại đình làng[84]. Nhưng với văn hóa XHCN thì việc thờ cúng cũng biến đổi là tượng Hồ Chí Minh được thờ ở đình bên cạnh " *vong* " của thần Thành Hoàng.

Tượng thờ Bác trong đình thần Tân An[85]

Đình phú Mỹ (xã Phú Hội, tỉnh Đồng Nai).

84 Đình chỉ thờ vong (không có tượng) của thần còn tượng thần thì để an tọa tại nghè (miếu). Trong các ngày giỗ thần như ngày sinh, ngày hóa (nhân thần), ngày thiện hóa (thiên thần) làng mở tế lễ, mở hội, nghinh rước tượng thần từ nghè hay miếu về đình. Tế lễ xong, lại rước thần về miếu yên vị.

85 Đình Thần Tân An được khởi dựng vào năm 1880, là một trong những ngôi đình có lịch sử cổ xưa nhất ở Cần Thơ. Đình được sắc phong Bổn Cảnh Thành Hoàng vào năm Tự Đức thứ 5 (1852). Sau nhiều biến cố, đình cũ không còn và được xây mới vào năm 2015 tại vòng xoay cồn Cái Khế, quận Ninh Kiều.

Theo chỉ đạo của Quận ủy & UBND quận Tây Hồ, Ban Quản lý đình làng Phú Xá (làng Sù – phường Phú Thượng, Tây Hồ, HN) đưa tượng Hồ Chí Minh vào đình làng này để thờ cùng thành hoàng làng (vốn ngự ở đình đã gần 300 năm). Sau đó, quận chỉ đạo các Ban quản lý đình làng trên địa bàn quận học tập và làm theo để phấn đấu mọi đình làng đều phải có tượng Hồ Chí Minh được thờ cùng thành hoàng làng.

Thần thánh hóa Bác tại tư gia

Trong văn hóa cổ truyền, biểu tượng của " *Đạo Ông Bà* " là bàn thờ gia tiên được trịnh trọng đặt nơi danh dự là ở gian giữa. Bàn thờ là hình ảnh vũ trụ Lão Giáo thu nhỏ làm nơi cư ngụ cho **vong hồn**[86]**:**Trước bài vị tổ tiên[87] có các đồ thờ sau :

- Bát nhang hình tròn tượng trưng cho " Vô Cực " tỏa hương khói nghi ngút như Khí Hạo Nhiên[88]*;*

- Bộ tam sự[89] *quen thuộc : lư đồng tượng trưng Thái Cực đặt giữa 2 chân đèn biểu tượng âm dương*[90]*;*

- Đĩa trái cây đặt phía phải (âm) *còn độc bình cắm hoa phải để bên trái* (dương*).*

86 Vong hồn là hồn người chết tức là phách hay vía

87 Làm bằng bốn loại thiết mộc : lim, sến, táu, đinh và ngày nay được thay thế bằng hình hay tượng

88 Giữa bát nhang có trục vũ trụ là khúc trầm hương khúc khủy vươn thẳng lên trong bát nhang. Khí Hạo Nhiên là khí nguyên thủy nguồn gốc của vũ trụ. Về tục đốt hương, vào đời Vũ Hán, người Trung Hoa bắt trước Người Hỗn ở Tây Vực rồi truyền sang nước ta thời Tam Quốc (Bùi Xuân Mỹ. Tục thờ cúng của người Việt, NXB Văn Hóa Thông tin Hà Nội, 2001, tr.122)

89 Đồ thờ tam sự : đỉnh và 2 ống đựng nhang, nếu có thêm 2 cây đèn (nến) thì gọi là ngũ sự. Có tác giả hiểu ngũ sự là bát nhang, 2 cây đèn nến, độc bình, mâm ngũ quả.

90 Lư hương: Thái Cực; Nhang thắp lên: tinh tú; đôi đèn : nhật nguyệt quang minh

- 3 chén nước hoặc 3 chén rượu hoặc bộ tam sơn[91] *biểu tượng triết lý Tam Tài* (Trời, Đất, Người).

- Màu sắc chính là màu đỏ biểu trưng ánh sáng dương của mặt trời, màu vàng là ánh sáng âm của mặt trăng.

Ngày nay, thay vì thờ vong hồn tổ tiên thì có một số gia đình theo cộng sản đặt ảnh Bác, tượng Bác ở vị trí trang trọng trên bàn thờ gia tiên.

Cách xếp đặt bàn thờ Bác (đỉnh đồng, bát nhang chân đèn ...) vẫn như cũ, chỉ một khác biệt là bài vị hay hình ảnh tổ tiên để dưới tượng hay hình ảnh Hồ Chí Minh.

Sự thay đổi vị trí này rất quan trọng về tâm linh, là vì từ nay an vị ở vị trí bài vị tổ tiên thì vong hồn Hồ Chí Minh sẽ thay thế vai trò của vong hồn tổ tiên để phù hộ cho con cháu của Bác. Theo tín ngưỡng dân gian, bài vị là nơi cư ngụ của vong hồn người quá cố vì có lòng tin sau khi qui tiên, các vong hồn (phách) còn tại thế và ngự ở bài vị[92], sống chung và hỗ trợ cho con cháu[93].

---

91 Một cái kỷ gọi tam sơn (tam cấp) : Cấp ở giữa cao hơn đặt bộ đài 3 chén rượu có nghĩa cúng ba tuần rượu mới đủ lễ, hai cấp thấp hai bên, một bên để đĩa trầu cau, một bên để bát nước.Tam sơn có thể là ba hộp xếp như hình chữ sơn, trên để ba đài rượu đặt trên chỗ sơn (núi) tỏ ý nói tổ tiên vui tiên trên cõi sơn thủy thanh cao xuân bất tận.

92 Bài vị còn gọi là Thần chủ, Mộc chủ, Thần vị, Thẻ vị

93 Vì vậy mà trong đám tang ngày xưa, trên đường đưa linh cữu đến nơi an táng, hồn người quá cố ngụ trong dải lụa (linh bạch hay hồn bạch). Sau khi an táng rồi, vị đại đức hay ông thầy cúng viết nét chữ cuối cùng trên bài vị để rước vong hồn về nhà và từ đó vong hồn ngụ ở bài vị.

Vong hồn Hồ Chí Minh trên bàn thờ gia tiên

Kết luận

Trong văn hóa tâm linh cổ truyền, cấp bậc Thần, Thánh, Tiên là do người dân suy tôn lên tùy theo mức độ hiển linh, đạo đức, tu hành. Tại Việt Nam, thần thì có rất nhiều nhưng Thánh được nhân dân tôn thờ nhiều nhất là tứ bất tử (Thánh Tản Viên, Thánh Gióng, Chử Đồng Tử, Bà chúa Liễu Hạnh) và ba vị khác là Đức Thánh Trần, Đức thánh Nguyễn, Đức thánh Láng[94].

Mặc dù người cộng sản muốn đền thu hút dân chúng tự động đến chiêm bái đông đảo như tại nhiều cơ sở thờ tự thần thánh cổ truyền, thí dụ như đền Đức Thánh Trần, đền thờ Mẫu, đền Bà Chúa Xứ ... nhưng tham vong đó đều thất bại là vì vong hồn Hồ Chí Minh **chưa hiển linh** nên chưa được người dân mặc nhiên công nhận là thần hay thánh. Vì vậy mà người xưa nói:

Núi không cần cao, có tiên sẽ linh,

Sông không cần sâu, có rồng sẽ linh,

Chùa không cần to, có người chân tu thì sẽ linh.

94 Ngoài ra còn có thánh của các tôn gióa, thí dụ như đạo Cao Đài thờ tam thánh (Tôn Dật Tiên, Nguyễn Bỉnh Khiêm, Victor Hugo), đạo Công Giáo có 117 vị thánh Việt tử vì đạo ...

Sự thật thì ai cũng nhìn thấy rõ là các cơ sở thờ thần thánh cổ truyền thu hút tín đồ tấp nập đến kính thờ là do những yếu tố thuyết phục sau:

1. Vong hồn của vị thần có hiển linh dưới nhiều hình thức như trừng phạt những kẻ dám bất kính với Thần,

2. Vong hồn Thần có thể can dự vào đời sống trần thế như ban phát lợi ích vật chất cho tín đồ cầu xin tiền tài, thăng quan, tiến chức, che chở đời sống...

3. Có phép lạ chữa khỏi bệnh tật.

Chính nhìn thấy tâm điểm thu hút tín đồ là 3 yếu tố trên mà các đạo Hồ Chí Minh ra đời với một giáo chủ là Hồ Chí Minh được coi như Phật nhưng lại có vong hồn hiển linh can dự vào đời sống tín đồ nhất là người sáng lập cảm nhận được (Chữa khỏi bệnh, tiếng nói của Bác vọng về). Đó là lý do chính mà các đạo Hồ Chí Minh đã thu hút đông đảo người dân tự động xin nhập đạo, tự động thờ cúng vong hồn Bác như là một vị thánh, một vị Phật có vong hồn hiển linh chứ không như một lãnh tụ chính trị hay một ông Phật giác ngộ.

PHẦN 2

ĐẠO HỒ CỦA TƯ NHÂN

Trên đồng bằng Bắc Bộ, việc sùng bái Hồ Chí Minh mang 3 hình thái chính:

1. Hình thái sùng bái thi hài Bác tại Ba Đình Hà Nội. Đó là truyền thống sùng bái thần tượng sau khi chết của các đảng cộng sản trên thế giới,

2. Hình thái sùng bái đặc thù chỉ có tại Việt Nam: Sùng bái tượng Bác tại chùa, đền, phụ trách bởi phật giáo quốc doanh và đảng cộng sản (Xem chương 1 và 2)

3. Hình thái độc tôn chỉ thờ cúng vong hồn Hồ Chí Minh như một vị Phật nhưng có vong hồn hiển linh như một vị thần, đó là thời kỳ xuất hiện đạo Hồ của tư nhân.

Theo luật nhân quả của nhà Phật, Phật giáo Ấn Quang đã gieo nhân (Mặt trận giải phóng miền Nam) và nhân này đã cho quả là đạo Phật XHCN và quả này lại làm nhân để tạo ra các quả khác đó là đạo ***thờ cúng vong hồn Hồ Chí Minh***:

Đạo Bác Hồ (1992),

Thánh Minh Vì Dân Tộc (1992),

Ngọc Phật Hồ Chí Minh (1993),

Đạo Hoàng Thanh Long,

Tâm Linh Hồ Chí Minh.

Từ việc sùng bái Hồ Chí Minh, Đảng cộng sản can thiệp sâu vào việc chỉ đạo hoặc khuyến khích (có nghĩa bắt buộc) việc thần thánh hóa Hồ Chí Minh tại chùa, đền, tư gia[95] từ đó biến thành nghi lễ **thờ cúng vong hồn** của

95 Tạo nên hình ảnh Hồ Chí Minh giống như một vị thánh, một vị bồ tát như báo Nhân Dân ngày 22-1-1997) viết *"Bác Hồ là Bồ Tát, là vị La hán, bởi vì Người đã dành tất cả cho mọi người, không giữ gì riêng cho mình cả. Cuộc đời và sự nghiệp của Bác Hồ như đóa sen giữa rừng hoa dân tộc Việt Nam, hội tụ đức tài của đất nước"*

Bác và hình thành các đạo Hồ Chí Minh.

Các đạo Hồ Chí Minh đều có những đặc tính chung sau:

1. Tôn thờ **vong hồn** Hồ Chí Minh làm giáo chủ và ca tụng **đạo đức** của Bác,

2. Người sáng lập đều là phụ nữ, có trình độ học vấn thấp, xuất thân là nông dân,

3. Tổ chức và hoạt động tôn giáo đều lộn xộn, lỏng lẻo, nghi lễ đơn giản và mang tính ước lệ;

4. Không có giáo lý, giáo luật rõ ràng, chủ yếu vay mượn từ các tôn giáo, tín ngưỡng khác để sinh hoạt và lôi kéo tín đồ,

5. Có nguồn gốc Phật giáo và tín ngưỡng truyền thống của dân tộc biết ơn người có công với đất nước và dân tộc, như Quốc Tổ, Trần Hưng Đạo và đặc biệt biết ơn và thờ cúng các **liệt sĩ cộng sản** nên thu hút đông đảo quân đội, cán bộ.

6. Chữa bệnh bằng các yếu tố "*tâm linh*" và "*bài thuốc*" đơn giản, nên có sức "*hấp dẫn*" quần chúng.

Điểm đáng ghi nhớ là tuy không mang đến những điều giáo lý cao siêu, độc đáo như đường lối tâm linh giải phóng con người khỏi khổ lụy của đạo Phật hoặc là con đường cứu rỗi của Đạo Thiên Chúa, nhưng các đạo Hồ Chí Minh mới xuất hiện mà đã thu hút đông đảo người theo là nhờ các bà sáng lập đạo xử dụng các yếu tố thuyết phục giống như nhiều tôn giáo khác là:

- Yếu tố tâm linh: Người sáng lập đạo tiếp súc được được với một siêu nhân trong cõi vô hình (yếu tố khải thị của tôn lớn). giáo Trong đạo Hồ, các Bà sáng lập giao cảm hoặc nghe được giọng nói của giáo chủ Hồ Chí Minh trong cõi vô hình,

- **Yếu tố lợi ích**: cầu được tiền tài, danh vọng, phép lạ chữa bệnh bằng tâm linh (yếu tố lợi ích của tín ngưỡng dân gian).

- **Yếu tố cảm giác** "*kính sợ và lo lắng*", thí dụ như nếu không nghe lời của vong linh Bác Hồ thì tai họa sẽ đến.

- **Yếu tố Phật Giáo.** Tin Hồ Chí Minh là Phật nên thu hút đông đảo phật tử.

6

ĐẠO NGỌC PHẬT HỒ CHÍ MINH

(*Way of Ho Chi Minh Jade Buddha)*

Theo báo cáo của Bộ công an thì có hai nhóm đạo Ngọc Phật Hồ Chí Minh đang được truyền bá trên đồng bằng Bắc Bộ:

1. Đạo Ngọc Phật Hồ Chí Minh của bà Xoan có địa bàn hoạt động tại vùng Hòa Bình,

2. Đạo Ngọc Phật Hồ Chí Minh của bà Nguyễn Thị Lương truyền đạo tại vùng Hải Phòng.

Giáo chủ của hai nhóm đạo này là vong hồn Hồ Chí Minh.

1. Đạo Hồ Chí Minh của bà Xoan

Tiến sĩ Hoàng Văn Chung[96] cho chúng ta một cái nhìn sơ lược về Đạo Hồ Chí Minh trong Chương 4 của quyển New Religions and State's Response. To Religious Diversification in contempory Vietnam, Ed. Springer, 2017. Theo nghiên cứu của TS Hoàng Văn Chung và các báo cáo của bộ công an, chúng ta biết các điều sau về đạo Bác của bà Xoan.

Người sáng lập

Bà Xoan sáng lập nên Đạo Ngọc Phật Hồ Chí Minh tại Đền Hòa Bình (nay đã được nâng cấp thành Điện Hòa Bình) vào ngày 1 tháng 1 năm 2001.

Thân thế.

Bà Xoan (sinh năm 1948), mồ côi mẹ, trải qua một tuổi thơ khốn khó tại Nam Định, 15 tuổi đã phải đi làm công nhân, năm 19 tuổi, bà kết hôn với một người làm công chứng và có bốn mặt con.

Truyền đạo

96 TS. Hoàng Văn Chung hiện là Trưởng phòng Nghiên cứu Lý luận và Chính sách Tôn giáo của Viện Nghiên cứu Tôn giáo, thuộc Viện Hàn lâm Khoa học Xã hội Việt Nam, một cơ quan thuộc chính phủ. Ông lấy bằng tiến sĩ xã hội học từ Đại học La Trobe (Úc) năm 2014, và từng là học giả của Viện ISEAS-Yusof Ishak (Singapore).

Sự truyền đạo đã lan tỏa ra nhiều tỉnh thành tại Bắc Bộ là nhờ 3 yếu tố thuyết phục sau của người sáng lập:

- Yếu tố tâm linh. Bà Xoan giao tiếp được với giọng nói trong cõi vô hình của giáo chủ là Hồ Chí Minh chỉ dạy rằng bà là người đầu tiên được ***Tòa Thiên*** *chọn để hoàn thành sứ mệnh được giao phó và cũng khẳng định bà Xoan có tuệ căn (spirit root).*

- Yếu tố lợi ích: phép lạ chữa bệnh. Lúc 30 tuổi, bệnh nặng, đau đớn tột độ ở một ngón tay thì bà Xoan nghe được giọng nói của Bác Hồ bảo rằng bà không phải bị bệnh mà đó chỉ là một bài kiểm tra để xem bà có đủ năng lực hầu việc thánh hay không.

- Yếu tố dọa nạt. Cũng như một số tôn giáo khác có diễn ngôn dọa nạt. Nếu con người không vâng lệnh Ngọc Phật Hồ Chí Minh thì thiên tai dịch bệnh, chiến tranh, rối loạn trật tự đổ xuống xã hội.

Nhờ các yếu tố thuyết phục trên mà từ thập niên 2000, đạo Ngọc Phật Hồ Chí Minh đã thu hút được rất nhiều tín đồ tại Bắc Việt và đã mang lại thành công vang dội. Có giáo dân trở nên giàu có bằng cách nương nhờ vào sự giúp đỡ của Ngọc Phật Hồ Chí Minh, thí dụ, "*Một doanh nhân làm việc trong lĩnh vực xây dựng trở nên rất giàu có vì vâng mệnh của "Bác Hồ". Để bày tỏ lòng thành của mình, ông tặng cho Đền Hòa Bình 200 triệu đồng, một tài sản rất lớn tại thời điểm này, để nâng cấp và cải tạo nơi thờ cúng.*"

Việc thờ cúng

Đứng đầu Đạo Hồ Chí Minh là **Đoàn Đồng Thiên Hòa Bình** (Peace Society of Heavenly Mediums) truyền tụng đạo, tuyển giáo dân, hướng dẫn thờ cúng.

Thờ cúng Hồ Chí Minh tại gia

Bàn thờ đặt cao hơn bàn thờ gia tiên gồm: Tượng hay hình Hồ Chí Minh, một lá cờ đỏ sao vàng, một bát nhang

Đồ cúng: hoa tươi, trái cây, bánh

Ngày lễ lớn: Theo lễ chính thức của nhà nước

Đối tượng được thờ

Theo lời giảng kinh sách của đao, Tòa Thiên đã ra "*đạo chỉ*" là:

- *Vong hồn Hồ Chí Minh đã được* ***Tòa Thiên*** *tuyển chọn để thờ và làm cách mạng tâm linh, cứu rỗi tâm linh của cả thế giới;*

- *Không thờ Phật Thánh Thần của người ngoại bang như trong giáo lý của đạo dạy rằng trong Kinh sử trời và sử nước, Tòa Đồng Thiên Hòa Bình tuyên bố:*

Thế kỷ 21 thay phiên,

Có Phật (tức Hồ Chí Minh) nước Việt đầu tiên ra đời.

Tư duy độc thần chỉ tôn thờ ngọc phật Hồ Chí Minh đã trở thành tôn chỉ của đạo Hồ:

***Không thờ Phật Chúa ngoại bang**,*

Mà thờ phật thánh rõ ràng nước ta.

Hồ Chí Minh có vong hồn không mà thờ cúng? Quyển kinh số 25 (Kinh Đức Ngọc Phật Hồ Chí Minh) trả lời:

Để con thỉnh Ngọc Phật ngự nơi

*Ba Đình ướp xác, **hồn thời cõi Tiên**.*

Về nguồn gốc vong hồn Hồ Chí Minh, bài Nhất tâm bái thỉnh có câu:

Ngọc Hoàng chuyển kiếp giáng sinh,
Nam Đàn xứ Nghệ nước mình ngày nay.

Bài dâng quả

***Ngọc Hoàng** xác ướp nguyên hình*
***Hồn** thăng thiên cõi cửu tinh Nam nhà.*

Hồ Chí Minh là một vị thánh được giải thích trong bài Ăn giỗ ngày 2/9 Hồ Chí Minh

*Xưa kia là **thánh sống** ở hiền,*
Dân ai đâu hiểu Phật Tiên giáng mà.

Thờ liệt sĩ

Quyển Số 25 - Kinh Đức Ngọc Phật Hồ Chí Minh trong:

Bài dâng hương:

Dân sinh còn nhớ công danh,
*Là nhờ **liệt sĩ** đã dành cho ta.*

Bài dâng hoa

Quanh ao bụt mọc chồi sinh,
*Là vòng **liệt sĩ** quanh mình phật tiên.*
Nhớ thương liệt sĩ muôn nhà,
Góp công danh sử bài ca sáng ngời.

Nhờ liệt sĩ trẻ già kiên gan,
Nhờ liệt sĩ hết cơ hàn.

Bài nhất tâm bái thỉnh

Tiếp mời thần tướng tỏ tường,
Minh Khai[97] *để lại tình thương cho đời.*

Mời ***Võ Thị Sáu***[98] *tâm hồng,*
Hy sinh để lại danh không phai mờ.

Biết ơn cả người anh hùng hư cấu (không có) Lê văn Tám.

Bé Tám[99] *tẩm xăng xông pha,*
Miền Nam lịch sử thật là không quên.

Kêu gọi lòng yêu nước **chống Trung Quốc**. Khi Tàu cướp phá dàn khoan ở biển Đông thì đạo tập họp khoảng 1000 người phản đối và cầu nguyện:

Cầu Cha là Bác đổ trần nước an,
Chủ quyền biển đảo ngoài khơi,
Đã bị xâm chiếm đoạt trời Việt Nam.

Kinh sách

Kinh sách được chép thành quyển dưới tiêu đề "*Kinh cứu khổ*" dưới dạng thơ lục bát, lưu hành trong nội bộ và phổ biến trên internet bằng video youtube. Nội dung chính yếu là ca tụng Hồ Chí Minh, liệt sĩ ... Đa số các Quyển kinh dưới đây được thu vào video phát truyền trên internet.

1. Quyển Số 1 - Bài Cúng Phật

2. Quyển Số 2 - Địa Mẫu Chơn Kinh

---

97 Nguyễn Thị Minh Khai, (1 tháng 11 năm 1910 – 28 tháng 8 năm 1941), là một đảng viên Đảng Cộng sản Đông Dương trong giai đoạn 1930–1940.

98 Võ Thị Sáu (1933– 23 tháng 1, 1952) là một nữ du kích trong Chiến tranh Việt-Pháp

99 Lê văn Tám 13 tuổi là một nhân vật hư cấu (Do Trần Huy Liệu dựng nên nhằm tuyên truyền) tự tẩm xăng đốt cháy kho xăng của Pháp tại Thị Nghè năm 1946

3. Quyển Số 3 - Lệnh Cha Gấp Gấp

4. Quyển Số 4 - Uống Nước Nhớ Nguồn

5. Quyển Số 5 - Kinh Cứu Kiếp

6. Quyển Số 6 - Lời Cha Răn

7. Quyển Số 7 - Lệnh Cha Ngọc Hoàng

8. Quyển Số 8 - Cẩm Nang Thơ Của Đức Diêu Trì Kim Mẫu

9. Quyển Số 9 - Nước Mắt Mẹ Hiền - Kinh Thơ Quan Thế Âm Bồ Tát

10. Quyển Số 10 - Thơ Kinh Của Đức Ngọc Phật

11. Quyển Số 11 - Thơ Bác Hồ, Bác Giáp

12. Quyển Số 12 - Kinh Cha Đức Ngọc Hoàng, Địa Mẫu Chơn Kinh Số 2

13. Quyển Số 13 - Kinh Cha Trời, Kinh Tổ Di Lặc

14. Quyển Số 14 - Hội Thi Yên Tử 2013

15. Quyển Số 15 - Mẫu Gọi Các Con

16. Quyển Số 16 - Rồng Vàng Giáng Hạ

17. Quyển Số 17 - Thiên Thừa Thánh Đế

18. Quyển Số 18 - Pháp Lệnh Thiên Đình

19. Quyển Số 19 - Lệnh Trời Chiếu Chỉ

20. Quyển Số 20 - Kinh Thanh Tra

21. Quyển Số 21 - Kinh Mẫu Âu Cơ

22. Quyển Số 22 - Khai Xuân Tân Mão 2011

23. Quyển Số 23 - Sự Tích Thánh Mẫu Âu Cơ - Thiên Y Thánh Mẫu

24. Quyển Số 24 - Kinh Mẫu Thượng Thiên

25. Quyển Số 25 - Kinh Đức Ngọc Phật Hồ Chí Minh

26. Quyển Số 26 - Kinh Thế Kỷ Mới Kiếp Tu

27. Quyển Số 27 - Kinh Đức Di Lặc Cứu Độ Cõi Đời

28. Quyển Số 28 - Thơ Mẫu Âu Cơ - Mẫu Mẹ Khuyên

29. Quyển Số 29 - Tòa Đại Sứ Đầm Sen 2010

30. Quyển Số 30 - Kinh Mới Ban Hành 2008

31. Quyển Số 31 - Kinh Nhân Quả

32. Quyển Số 32 - Kinh Thơ Mẫu Mẹ Kỳ Ba 2018

33. Quyển Số 33 - Tổng Kết Kinh Thơ Kỳ Ba Khóa Chót

34. Quyển Số 34 – Những linh linh hồn bất tử ca tụng gia đình Hồ Chí Minh (Nguyễn sinh Sắc, Hoàng thị Loan, Nguyễn thị Thanh, Nguyễn sinh Khiêm)

39. Quyển số 39 – Mệnh lệnh triều đình chiếu chỉ bốn nghìn năm đổi đời- **Kim cương Phật Tổ Hồ Chí Minh**

41. Quyển Số 41 – Hồ Chí Minh linh hồn bất tử

43. Quyển Số 43 – Kinh thơ cha Lạc Long Quân-mẹ Âu Cơ

44. Quyển Số 44 – Kinh Phật Di Lặc cứu đời

Việc thần thánh hóa vị Chủ tịch Hồ Chí Minh đã phân chia người cộng sản thành hai nhóm:

3. *Nhóm người cộng sản cốt cán còn tin vào xã hội chủ nghĩa muốn sùng bái Hồ Chí Minh Chí Minh như một lãnh tụ vĩ đại của người cộng sản, cho nên các Đạo Phật Ngọc Hồ Chí Minh, Hoàng Thiên Long tin là Hồ Chí Minh có vong hồn là "hệ quả không mong muốn" của chiến dịch sùng bái và tưởng nhớ Bác.*

4. *Nhóm người cộng sản xuất thân từ bộ đội, liệt sĩ, nông dân ngu dốt ... đã qui theo đạo Hồ rất đông vì tin Bác có vong hồn và hiển linh giúp người trần thế khỏi binh như các bà sáng lập đạo Hồ.*

Nước Việt Nam đời đời vĩnh hằng
Có Ngọc Phật – Chí Minh – Ái Quốc"

(Trích đoạn kinh cầu, 2010)

2. Đạo Hồ Chí Minh của Bà Lương

Đạo Ngọc Phật Hồ Chí Minh của bà Nguyễn Thị Lương còn gọi là:

Thánh Minh vì dân tộc,

Đạo Vì Tình dân tộc.

Người sáng lập

Bà Nguyễn Thị Lương sanh năm 1947 tại xã Tân Dân, huyện An Lão, Hải Phòng, trình độ văn hóa 10/10 từng là kế toán xí nghiệp chăn nuôi huyện An Lão , Hải Phòng. Ngọc Phật Hồ Chí Minh xuất hiện đầu tiên trên địa bàn thành phố Hải Phòng, sau đó lan nhanh ra nhiều địa phương trên cả nước, chủ yếu là các tỉnh phía Bắc như Hà Nội, Quảng Ninh, Tuyên Quang, Bắc Giang, Thái Bình, Hà Giang, Hải Dương, Thanh Hóa[100], Lào Cai...

Đạo bà Lương cũng dưa vào hai yếu tố thuyết phục sau để truyền đạo:

1. Yếu tố tâm linh: Bà Lương thổ lộ Bà là Phật A Di Đà giáng thế và giao cảm được với giáo chủ Hồ Chí Minh trong cõi vô hình và được trao sứ mạng truyền bá đạo

100 Theo báo cáo của công an, trên địa bàn tỉnh Thanh Hóa, có khoảng 10 điểm nhóm thờ cúng hình ảnh Hồ Chí Minh, trong đó chủ yếu tập trung ở các huyện: Quảng Xương, Hoằng Hóa, Yên Định, Cẩm Thủy, Hậu Lộc, Nga Sơn và TP.Thanh Hóa.

"Ngọc Phật Hồ Chí Minh",

*2. Yếu tố lợi ích. Tháng 4 năm 1990 bà bị bệnh tâm thần được chữa khỏi nhờ phép lạ được bà Lương tiết lô Bà được "**ăn lộc Bác Hồ**" mà khỏi bệnh và có khả năng chữa được nhiều bệnh hiểm nghèo bằng cách chữa bệnh như khấn vái, gọi là "xin lệnh các ngài" rồi dùng đồng xu tẩm rượu cạo vào các khớp* (theo kiểu cạo gió khi bị cảm).

Tín đồ

Số tín đồ theo bà Lương tăng rất nhanh từ 1994 đến 2004, có mặt tại 15 tỉnh, thành phố chủ yếu từ Hà Tĩnh trở ra[101].

1. Điều kiện nhập đạo: Phải điền vào mẫu đơn in sẵn do bà viết, sau đó ký tên mình và đọc cho mọi người cùng nghe.

2. Lệ phí: 200.000 đồng mỗi năm,

3. Thành phần tín đồ: Nông dân, những người bị bệnh hiểm nghèo, cán bộ, liệt sĩ ...

4. Ước tính số lượng tín đồ: 50 000 người có mặt ở cả miền Bắc,

Kinh sách

Vong hồn Hồ Chí Minh giúp bà Lương sáng tác kinh sách theo hình thức văn xuôi rồi phiên ra thơ lục bát, gom lại thành tập gọi là **Ngọc Phật Hồ CHí Minh** để truyền đạo. Bài quan trọng nhất trong tập sách đó là "*Bác dâng hương đền ơn người dựng, giữ nước Việt Nam*" gồm 14 bài thơ,

101 Theo tài liệu của Bộ Công An

văn vần như:" *Bản danh sách người Việt Nam được toàn dân đăng hương* ***đền ơn trả nghĩa muôn năm",***

Đền ơn Hồ Chí Minh với 110 câu thơ lục bát ,

Đền ơn Vua Hùng dựng nước với hơn 20 câu thơ Lục Bát

Đền ơn đức vua Bà Trưng Trắc

Đền ơn Vua Đinh, Tiền Lê, LÝ,Trần ,Lê, Nguyễn

Đền ơn tướng binh đánh đuổi giặc từ thời Trưng Trắc đến Nguyễn Huệ đại phá quân thanh

Đền ơn khởi nghĩa chống thực dân Pháp

Đền ơn liệt sĩ

Đền ơn thương binh,

Đền ơn người nuôi Việt Minh

Đền ơn người có bảng vàng danh dự

Đền ơn cha mẹ Liệt Sĩ

Đền ơn vợ liệt sĩ thủy chung

Giáo lý

Giáo lý theo chủ trương giáo lý chỉnh sửa đạo Phật để giúp dân thực hiện đúng đạo. Giáo lý chỉnh sửa đạo Phật là những quy định của bà Lương in thành kinh sách do bà Lương tự viết ra để giúp cho các đệ tử thực hành:

- Tôn xưng đức Ngọc Phật Hồ Chí Minh và những người có công với làng xóm, quê hương, đất nước

- Bài trừ mê tín dị đoan, chống xa hoa, lãng phí, chống

tham nhũng, buôn thần bán thánh

- Giúp đồng bào đền ơn tổ tiên, ông bà, cha mẹ, giúp tăng tuổi thọ, tăng mối đoàn kết, thương yêu giữa muôn dân.

- Muôn dân phải theo một đạo và đối xử với nhau như con một cha, nhà một nóc.

Giáo Luật

Giáo luật gồm năm điều răn được ghi thành văn bản, phổ biến rộng rãi và buộc tín đồ phải thực hiện.

1, Cấm dùng các loại tiền vàng âm phủ, tiền giả bằng giấy để cúng.

2.Cấm bói toán, trình đồng, mở phủ hầu bóng, gọi hồn,

3, Cấm cúng cầu bằng lễ mặn (rượu ,thịt) chỉ ngày giỗ, tết được cúng nhưng phải xin Phật, các Quan Thần rồi mới được cúng, không được đặt lễ mặn lên bàn thờ mà phải đặt thấp hơn bàn thờ,

4, Cấm viết chữ nho trong việc tấu sớ, viết bài vị, bát nhang ... chỉ viết chữ nho ở những nơi thờ cúng lớn như Chùa, Đền, Đình, nơi thờ các anh hùng dân tộc, người có công với nước,

5. Mọi nơi không được thắp hương cúng lễ vào ban đêm.

Lễ nghi thờ cúng:

Đối tượng thờ cúng của Ngọc Phật Hồ CHí Minh được chia ra làm các cấp bậc cao thấp khác nhau để thờ:

- Cao nhất là tám vị vua Hùng, rồi từ Trưng Trắc tới Hồ

Chí Minh. Những người có công lớn này được thờ ở cả 5 cấp từ xã, phường đến Trung ương.

- Ở cấp thấp hơn là thờ những người có công tham gia kháng chiến.

Địa điểm thờ cúng: Chùa và gia đình là hai địa điểm thờ cúng.

Tại chùa thì phải có tượng hay ảnh Hồ Chí Minh được trịnh trọng đặt trên bàn thờ chính. Vào những ngày kỷ niệm lớn của dân tộc như 19/5, 27/7 thì **thực hành các nghi lễ** ở 2 điểm: nhà bà lương và tại gia đình

Bàn thờ tại gia

Bàn thờ của gia đình theo Ngọc Phật Hồ Chí Minh được trang trí như sau:

1. Chân dung Hồ Chí Minh đặt chính giữa phía trên, hai bên là cờ đỏ sao vàng và cờ búa liềm,

2. Ở phía dưới bên trái chân dung là một bản ghi tôn thờ kính lễ phật thánh là vong hồn người dựng giữ nước, ở phía dưới bên phải là một bảng ghi "Tôn thờ thần hoàng bản thổ là tiên tổ ông cha nội ngoại "

3. Hai bên cờ có hai câu đối "Tổ quốc ghi công người vì nước /Muôn dân đền đáp bằng tôn nghiêm " và *" Tiên tổ ông cha phần phúc đức/ Cháu con cùng gắng sức đền ơn ".*

4. Trên bàn thờ có ba bát hương, đèn nến, bình hoa, đĩa đựng đồ cúng. Cũng có gia đình tín đồ theo đạo lập bàn thờ trên có treo cờ tổ quốc, ảnh hoặc tượng Bác, có bát hương thờ riêng, ảnh phật A DI Đà, ảnh Ngọc Hoàng, ảnh Mẫu, Hai bên tường là khung chữ với nội dung:" Ngọc

Hoàng Thượng Đế; Ngọc Hoàng Thượng Đế giáng về nước Nam", " Ngọc Phật Bác Hồ, Ngọc Phật ái quốc giáng trần cứu nước ". Trên bàn thờ có hai bát hương đồng, hai cây nến, hai lọ hoa tươi, bánh, kẹo, hoa, quả, rượu, nước cùng một cây đèn dầu thắp sáng thường xuyên.

Với đạo Bác Hồ, hình tượng Hồ Chí Minh đã đi một quãng đường xa, từ một chính trị gia gần dân, giản dị, có năng lực trở thành một vị thần có khả năng can thiệp và kiểm soát đời sống, hạnh phúc và thành công của con cháu Bác ở cõi trần.

7

ĐẠO HOÀNG THIÊN LONG

Đạo Hoàng Thiên Long còn gọi "*đạo Bác Hồ*", "*đạo Tâm linh Hồ Chí Minh*". Trung tâm của đạo là *Điện Hoàng Thiên Long được xây dựng tại thôn Bài Lâm Hạ, xã Hồng Quang, Huyện Ứng Hòa, Hà Nội.*

Tại sao gọi là điện Hoàng Thiên Long? Người sáng lập đạo giải thích:"*Thành ngữ "Hoàng Thiên Long" được Thiên Linh giáng hiệu, nơi đây là một Hoàng cung "sắc không vô lượng", Tòa Trời giáng trần màu nhiệm*[102],"

Địa điểm của Điện được Kinh sách giới thiệu như sau:

"Kính thưa muôn dân:
"Ai về Bài Hạ thôn Lâm
Hồng Quang báo ứng nổi thần thủ khoa
Nếu ai hỏi chuyện Ứng Hòa
Hà Tây nổi phát thủ khoa – đứng đầu
Dốc Bồ đừng rẽ Chợ Dầu
Thẳng đường quốc lộ đầu cầu – bến xe"

---

102 Trang mạng http://hoangthienlongtamlinhvanhoaviet.com giới thiệu về cơ sở Điện Hoàng Thiên Long tại thôn Bài Lâm Hạ, xã Hồng Quang, Huyện Ứng Hòa, Hà Nội do thầy Nguyễn Thị Điền làm chủ nhang.

Điện Hoàng Thiên Long

(Hồ Chí Minh đứng trên đỉnh của 9 bậc (cửu trùng) có đôi rồng chầu như vua ngày xưa)

Người sáng lập[103]

Người sáng lập đạo là bà Nguyễn Thị Điền (sinh năm 1960, ở thôn Bài Lâm Hạ, xã Hồng Quang, huyện Ứng Hòa, tỉnh Hà Tây (nay thuộc TP Hà Nội).

Đạo *Hoàng Thiên Long* của bà Điền cũng dựa vào 3 yếu tố thuyết phục sau để truyền đạo:

1. Yếu tố tâm linh: Bà Điền thổ lộ là Bà được "hồn" Hồ Chí Minh linh ứng, làm việc thiên theo "sự chỉ bảo của Bác bằng tâm linh" để viết kinh sách như: Bàn thờ người Đại Việt; Đại pháp cầu an; Đại pháp đoàn tràng tu gia; Bác Hồ 79 điều mơ ước; Luật công phép,

103 Theo tài liệu điều tra của công an huyện Ứng Hòa, Hà Tây

2. Yếu tố lợi ích là phép mầu chữa bệnh. Bà Điền cũng bị bệnh nặng trong 2 năm, được vong hồn Hồ Chí Minh giáng linh chữa khỏi và ban cho khả năng siêu nhiên chữa bách bệnh bằng nước lã.

3. Yếu tố gây sợ hãi. Bà Điền rao giảng hiện nay trên dương gian đầy rẫy tà ma quấy nhiễu sinh ra tật bệnh, chiến tranh, bão lũ, muốn qua khỏi kiếp nạn phải theo đạo do bà Điền sáng lập, và phải bỏ toàn bộ bàn thờ, bát hương cũ để thay vào đó bằng một bàn thờ mới với duy nhất một bát hương để thờ chung theo "đời sống mới".

Với 3 yếu tố truyền đạo thuyết phục trên, Bà Điền xây Điện Hoàng Thiên Long, tổ chức làm lễ và chỉ trong một thời gian ngắn, đạo Hoàng Thiên Long đã lan ra nhanh tại nhiều địa phương trong cả nước.

Chân dung "*thánh nữ*" Nguyễn Thị Điền, chủ nhang đạo "*Tâm linh Hồ Chí Minh*".

Đối tượng được thờ

Đạo Hoàng Thiên Long **thờ Hồ Chí Minh** là vì lý do sau theo như tài liệu của Hoàng Thiên Long:

"Hồ Chí Minh là vầng sao thiên tử, thiên tài
Tâm linh cách mạng thiên khai mở lời"
"Long Hoa là Bác giáng trần kỷ nay"
"Tâm linh Bác xuống chung tay
Cứu dân cứu nước để thay đổi đời"

Bác là niềm tin của Việt Nam và nhân loại hoàn cầu"

Một tín đồ của đạo giải thích: *"Dương gian bây giờ nhiễu loạn, âm binh ma quỷ nhiều vô kể nên Hồ Chí Minh đã trở về chỉ huy các anh hùng liệt sỹ dẹp loạn. Bác bây giờ là Chủ tịch quốc gia âm Việt Nam, là người đứng đầu của 3 cõi Phật, Thánh, Thần".*

Bác Hồ là vị thần linh

Là vị sao sáng hành tinh cứu đời.

Đặc điểm thờ cúng của đạo Hoàng Thiên Long là **tín ngưỡng bài ngoại** tức không thờ thần phật không phải là người Việt Nam và được giải thích trong bài *"Phật Ngoại*

Ra Đi, Phật Việt Nam Ở Lại!"[104]

Nay, thế kỷ đã thời chuyển dịch
Sự giao ban đã rất rõ ràng
Phật ngoại bang đã không còn phép

Chức, Quyền, Ngôi đã đổi sang trang
Phật Việt Nam *tỏa ánh hào quang*
Soi Thiên Âm rõ ràng mạch lạc.

Đại Việt phụng sự thờ Ta
Khai quang Tiên Tổ - Về nhà cháu con
Vũ trụ nối điện cung son
Ái oan trừ giải - Phúc tròn tái lai

Với Phật Việt Nam, kinh sách của Đạo dùng cụm từ "*La di đà phật*" nhưng mang ý nghĩa của đạo Hoàng Thiên Long

104 Trang http://www.phattuvietnam.net

Cơ sở thờ tự

Theo bà Điền (thánh nữ), vong hồn Hồ Chí Minh ngự tại Điện thờ Hoàng Thiên Long ở tầng 2 của một ngôi nhà 2 tầng là nơi mà "*thánh nữ*" lập điện thờ và hành lễ cho đám con nhang, đệ tử.

Vong hồn Bác ngự tại lầu 2 Điện Hoàng Thiên Long (thôn Bài Lâm Hạ, xã Hồng Quang)

Trang trí bàn thờ tại Điện:

Tượng Bác,

Hai bên treo cờ Đảng (búa, lưỡi liềm), cờ Tổ quốc

Một bát hương.

Trên cửa điện ghi dòng chữ:

"Nối dòng Âu Lạc nhà nòi,

Thiên trao ngọc hạnh sáng soi kế đời".

(Trang trí điện giống như ngai vua:Hồ Chí Minh đứng

trên 9 bậc cửu trùng có đôi rồng chầu hai bên)

Bàn thờ tại nhà và phép tu gia

Lý do tu gia

Luật tu gia theo Tâm Linh Hồ Chí Minh tại Điện Hoàng Thiên Long " *Đây là cơ trời vận nước đưa Việt Nam ta trở thành nước khai mở kỷ nguyên tâm linh và đưa cuộc cách mạng tâm linh này ra cả toàn cầu, năm châu, bốn biển như linh Trời linh Bác đã ứng linh*."

Hình thức thờ tự gia

Dỡ bỏ bàn thờ tổ tiên cũ để thay thế bằng bàn thờ Bác Hồ[105]

Giữa bàn thờ là ảnh Hồ Chí Minh. Hai bên là đôi câu đối có dòng chữ "*Tam thiên kỳ hội nay đã đến; Y nhất trong nhà kính tổ tiên*".

Phía trên hai bên là cờ đỏ sao vàng và cờ búa liềm,

Một bát hương đặt giữa bàn thờ để thờ Hồ Chí Minh, liệt sĩ và cả ông bà tổ tiên,

3 chén nước để vong hồn Bác linh ứng vào nước dùng để chữa bệnh.

Tuân theo lời Bác dạy tu gia:

"Bác dạy con tu tại gia
Con đi theo Bác trong nhà ấm yên
Hàng năm không phải mất tiền
Sắm tiền vàng mã đảo điên cúng cầu

105 Một tín đồ nhấn mạnh: "*Phải nhớ bỏ sạch đồ Tàu, những thứ có chữ nho, chữ Hán, nếu không bọn ma Tàu sẽ kéo đến quấy rối mất linh nghiệm...*".

Từ đây con tỉnh cái đầu
Tu gia chính gốc nhiệm mầu cầu thiêng.

Bàn thờ tu gia của đạo Hồ

KinhThiên Đại Pháp và **Hội đồng tu gia**

Sau khi viết **KinhThiên Đại Pháp** làm căn bản lý thuyết của việc thờ vong linh Hồ Chí Minh thì Bà Điền lập **Hội đồng tu gia** để điều hành lễ nghi, thu tiền, tổ chức rước tượng, hình Hồ Chí Minh.

Kinh Thiên Đại Pháp

Hướng về Pháp mới ai ơi!
Tu gia nhân quả - Thảnh thơi tâm hồn
Bảo an pháp lý bảo tồn
Lời nay kêu gọi chính Hồn thiêng liêng
Hồn phù cho cả chung - riêng
Qui về chính đạo khắc thiêng rất nhiều.

Hội đồng tu gia

Muốn biết hình ảnh của tín đồ, chúng ta có thể xem qua video tín đồ tụ tập tại điện Hoàng Thiên Long, video Lễ rước tượng Hồ Chí Minh và phim Đoàn Ngọc Phật Hồ Chí Minh. Trong các video này có cả trăm tín đồ mặc y phục thời Hùng Vương và quân phục của bộ đội cộng sản cùng nhau múa hát rất đặc biệt. Y phục, điệu múa, lời giảng của bà Điền đủ diễn tả nội dung của đạo Hoàng Thiên Long.

Hội đồng tu gia rước tượng Bác (Bà Điền áo ngắn trắng đứng ở giữa)

Kinh sách

Hồ Chí Minh truyền cho bà Điền viết kinh sách cứu nhân độ thế cho trần giới.

Bà Điền tự làm thơ (chép tay, đánh máy) theo thể thơ lục bát, văn vần, dễ đọc dễ thuộc rồi tập hợp in thành kinh sách dưới tên gọi "*, Đại pháp tràng an tu gia*", "*Bác Hồ 79 điều mơ ước*"; "*Luật công phép nước*", "*Luật trời - thời thế*" ... để bán cho tín đồ.

Các kinh sách được phổ biến bằng truyền miệng, quay video lời thuyết giảng của bà Điền, đăng tải kinh sách trên các trang web nhờ đó mà chúng ta có thể tìm hiểu đạo Hoàng Thiên Long.

Kinh sách chép tay

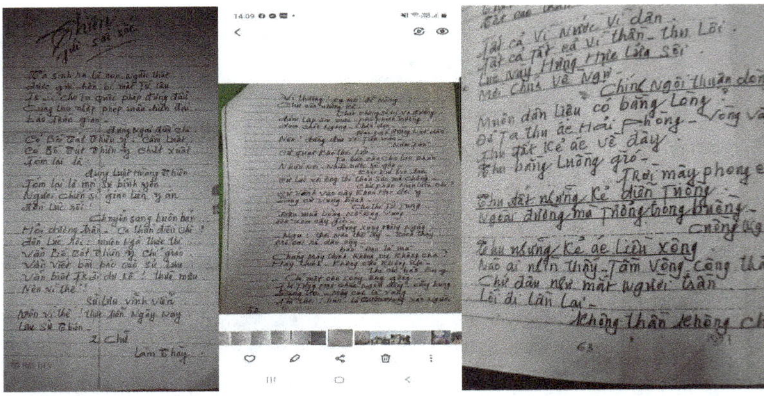

Kinh sách in

Tài liệu phục vụ cho việc truyền đạo tìm đọc trên internet

Chữa bệnh

Hồ Chí Minh truyền cho bà Điền viết kinh sách và có nhiệm vụ là "*Nữ thần giao liên và **lương y chữa bệnh bằng tâm linh***".

Theo linh giáng của Bác Hồ bằng cách đọc kinh, *Bà Điền giải thích: "Con đường Tu gia theo tâm linh Chủ tịch Hồ Chí Minh đã minh chứng "chữa bệnh không dùng thuốc, cứu quốc không dùng gươm"* và cho biết "*Điện thờ Hoàng Thiên Long*" là kho thuốc tiên, còn "*Đại Sơn Lâm*" (con rể bà Điền ở Thượng Tiến, Kim Bôi, Hòa Bình) là tổng kho nước Thánh.

Cách chữa bệnh bằng tâm linh của bà Điền

Nếu ai bị bệnh tật thì hàng ngày thắp hương, đọc kinh đại pháp đoàn tràng tu, rồi uống 3 chén nước lã đã được Bác linh ứng vào nước và cứ làm như vậy liên tục thì sẽ khỏi bệnh.

Việc quy đạo

Người xin quy đạo sẽ ra điện Hoàng Thiên Long:

Báo tên mọi người trong gia đình,

Mua đồ thờ mới để thay bàn thờ cũ,

Mua "*kinh*" về đọc là được công nhận.

Tốn kém: mua đồ thờ, kinh sách hết khoảng 600-700 nghìn đồng gọi là kinh phí để xây dựng điện thờ và hoa quả, lễ lạt.

Lễ "*quy*" thì tùy tấm lòng thành: Từ 100 - 200 nghìn đồng đến 1 triệu đồng.

Việc thần thánh hóa một nhân vật lịch sử Hồ Chí Minh *(the deification of Ho Chi Minh)* đã phân chia người cộng sản thành hai nhóm:

1. Nhóm người cộng sản cốt cán còn tin vào xã hội chủ nghĩa muốn sùng bái Hồ Chí Minh Chí Minh như một lãnh tụ vĩ đại của người cộng sản, cho nên các Đạo Phật Ngọc Hồ Chí Minh, Hoàng Thiên Long thờ cúng vong hồn Hồ Chí Minh là ***"hệ quả không mong muốn"*** *của chiến dịch sùng bái và tưởng nhớ Bác.*

2. Nhóm người cộng sản xuất thân từ bộ đội, liệt sĩ,

nông dân ngu dốt ... đã qui theo đạo Hồ rất đông vì tin Bác có vong hồn và hiển linh giúp người trần thế khỏi bịnh như các bà sáng lập đạo Hồ.

KẾT LUẬN

Giáo lý của các đạo Hồ Chí Minh tóm tắt lại là tôn thờ vong hồn Hồ Chí Minh nên đã mang lại hai điều tích cực sau cho các đảng viên và gia đình liệt sĩ:

- Thỏa mãn nhu cầu thờ thần tượng Hồ Chí Minh sau thất bại tiến lên chủ nghĩa xã hội,

- Phản ánh ước mơ của người dân cộng sản.

1) Thỏa mãn nhu cầu thần tượng

Mọi người trong chúng ta đều có nhu cầu tôn thờ một thần tượng. Cũng như tại các nước cộng sản khác, trẻ em Việt Nam được huấn luyện tôn sùng thần tượng Hồ Chí Minh[106]. Từ năm 1986, văn hóa XHCN sụp đổ cùng với hình ảnh tượng Lenine, Staline ... bị phá sập thì sự **tôn thờ chân thành** thần tượng Hồ Chí Minh đã bị lu mờ mà chỉ còn tìm thấy trong các đạo Hồ.

Ngoài xã hội thì giới trẻ XHCN tôn thờ thần tương như nhóm nhạc nữ Hàn Quốc BlackPink được VOA ngày 10/08/2023 mô tả. Tại Hà Nội vào cuối tháng 7/23, nhóm nhạc sĩ đã tạo ra cơn sốt chưa từng có trong giới trẻ Việt

106 Thần tượng Hồ Chí Minh có đầy đủ những tài đức vẹn toàn như " người biết được cả 10 thứ tiếng " , "cả đời không vợ không con chỉ lo cho dân cho nước " , "ra đi tìm đường cứu nước, sống thiếu thốn cơ cực " ...

khi sân vận động Mỹ Đình với sức chứa 30.000 người đã chật cứng. Nguyễn Dương cảm thán trên Facebook "*Cả một biển người như đang ngáo đá, nghiêng ngả, ngả nghiêng... trên tay cầm điện thoại mở sáng reo hò, la hét, cuồng si, ngây ngất... như Phật, Chúa hiện hình ... như ngày tận thế sắp đến nơi,*".

Một người khác tên là Dang Chuong Ngan viết lời cám ơn BlackPink trên Facebook như sau: *"Khi nhìn họ kéo đến sân bay, chen chân nhau trước khách sạn các bạn ở, rống lên như bò rống sung sướng được thấy thần tượng của mình, chúng tôi biết **mọi thần tượng ở đất nước này đã chết**[107],"*

BlackPink, thần tượng của giới trẻ Việt Nam XHCN

2) Phản ánh ước mơ của người cộng sản Việt

Các đạo Hồ đều phản ánh ước mơ của tín đồ là vong hồn Bác hiển linh giáng phúc cho người dân và các giá trị

107 Dang Chuong Ngan viết thêm"*Cảm ơn các bạn đã cho chúng tôi thấy: lớp trẻ ở nước tôi có thể biết đến từng milimet vuông các loại vải may váy các bạn dùng, nhưng họ không biết đến 'đường lưỡi bò', đến Hoàng Sa, Trường Sa. Cho chúng tôi thấy sự đam mê âm nhạc của họ vượt lên trên cả chủ quyền của đất nước này!*"

đạo đức của Bác rao giảng được thực hành nghiêm chỉnh.

a) **Vong hồn Bác hiển linh** là điều mong ước của nhiều người cộng sản[108]. Theo đạo Hồ, vong hồn Bác giống như các vị Thánh cổ truyền đã hiển linh dưới hình thức (nếu tin vào lời các Bà sáng lập đạo Hồ):

- ***Mạc khải***[109]*. như bà Xoan (*Đạo Ngọc phật Hồ Chí Minh*) đã nghe thấy giọng nói của Bác từ bên kia thế giới cho biết Bà Xoan là người đầu tiên được* ***Tòa Thiên*** *chọn để hoàn thành sứ mệnh; Bà Điền (*Đạo Hoàng thiên long*) làm việc theo "sự chỉ bảo của Bác bằng tâm linh"*

- *Phép lạ* ***chữa bệnh*** *bằng tâm linh. Vong hồn Bác đã hiển linh cứu giúp người dân như làm phép lạ chữa khỏi bệnh nan y cho 3 Bà sáng lập đạo Hồ là Bà Xoan, bà Nguyễn Thị Lương* (đạo Ngọc Phật Hồ Chí Minh) *và bà Điền* (sáng lập đạo Hoàng Thiên Long).

Nếu thực sự Hồ Chí Minh có vong hồn và hiển linh trước mắt nhân dân như Đức Thánh Trần hay như thần thành hoàng thị uy với "*kiệu bay*" thì người dân sẽ tự động đến đền Hồ lễ bái mà không cần phải quảng cáo tặng quà cho người viếng thăm lăng Bác.

b) **Ca tụng đạo đức cách mạng của Bác**. Các đạo Hồ đều ca tụng lý thuyết đạo đức cách mạng của Bác. Đây là điều vui đáng khích lệ nếu lời rao giảng lý thuyết đạo đức

108 Nhất là những người xây dựng đền Hồ Chí Minh đến nay đền vẫn vắng vẻ người dân tự động đến chiêm bái và không tổ chức được lễ hội chỉ vì thiếu vong hồn hiển linh của Bác

109 " *Mạc khải* 幕 啟" (the revelation), Mạc 幕 là tấm màn che, khải 啟 là mở ra (revelation). Mạc khải của Hồ Chí Minh có nghĩa là từ cõi vô hình, Bác mở tấm màn (mạc) ra cho các Bà sáng lập đạo Hồ biết (khải) những điều thiêng liêng mầu nhiệm huyền bí trong sự tĩnh lặng mà lý trí con người không thể giải thích được. Chính các điều mạc khải của Hồ Chí Minh là yếu tố vững chắc tạo dựng nên niềm tin vào đao Hồ Chí Minh.
Trong đạo Cao Đài, các điều mạc khải của Thượng Đế được chép lại thành cuốn "*Thánh ngôn hiệp tuyển*" làm nền tảng cho lý thuyết của Đạo.

của Bác làm tỉnh ngộ được giai cấp cán bộ cộng sản thì điều này sẽ mang lại một nét đẹp văn hóa cho xã hội Việt Nam. Đạo đức cách mạng của Bác là gì?

Đạo đức cách mạng[110] của người cán bộ phục vụ nhân dân mang các đặc tính sau:

- Cần: cần cù, siêng năng

- Kiệm: tiết kiệm thời gian, tiền bạc của cải vật chất và tinh thần cho nhân dân

- Liêm: liêm khiết, trong sáng, không tham của cải vật chất, không tham địa vị

- Chính: đấu tranh để bảo vệ lẽ phải

- Chí công: rất mực công bằng, công tâm

- Vô tư: không được có lòng riêng, thiên tư đối với người[111].

Nếu người cộng sản phục vụ nhân dân mà hành sử đúng như các đức tính đạo đức của Bác đang được đạo Hồ rao giảng thì văn hóa XHCN không sụp đổ và bộ mặt xã hội Việt Nam không giống như hiện nay.

Lạp Chúc Nguyễn Huy

---

110 Tài liệu do Ban Tuyên giáo Trung ương biên soạn giải thích ý của Hồ Chí Minh

111 Ngoài ra Hồ Chí Minh còn thêm 5 tính tốt của đạo đức cách mạng là: Nhân, nghĩa, trí, dũng, liêm có ý nghĩa là tuyệt đối trung thành với Đảng, với nhân dân

THƯ MỤC

Vì là đạo Phật XHCN mới xuất hiện sau năm 1975 và chưa có một nghiên cứu nghiêm túc nên việc tìm hiểu đạo mới này chỉ dựa vào các nguồn tài liệu sau:

- Các ấn phẩm nội bộ của mỗi đạo và tin tức của đạo phổ biến trên internet,

- Các video giới thiệu đạo trên youtube,

- Các phúc trình của bộ công an.

Vì là cuốn sách đầu tiên và duy nhất tìm hiểu đạo Hồ nên nhiều thiếu sót không thể tránh khỏi. Tác giả rất mong nhận được các lời phê bình đóng góp cho việc tái bản cuốn sách.

Đạo Hồ Chí Minh mới xuất hiện từ năm 1990, nên chưa có một khảo cứu nghiêm túc nào về đạo Hồ Chí Minh. Tài liệu dùng để viết cuốn sách này đều dựa vào tài liệu của:

1. Người sáng lập đạo (kinh sách, video youTube, bài viết trên internet ...). Đặc biệt là video trên youtube do đạo phát hành là cung cấp nhiều tin tức nhất thí dụ như:

- Video đạo Ngọc Phật: Quyển số 25. Kinh đức Ngọc phật Hồ Chí Minh; Quyển số 38. Kinh thơ đức Ngọc phật Hồ Chí Minh,

- video dạo Hoàng Thiên Long: video Tâm linh Bác Hồ, video facebook Tòa đại sứ Đầm sen-Đắk lắk

2. Báo cáo của một số cơ quan chức năng (như: công an, biên phòng, dân vận, Mặt trận Tổ quốc... ở địa phương) được giao nhiệm vụ tìm hiểu, phúc trình về bộ công an. Các tài liệu này chính xác về tiểu sử người sáng lập, địa bàn truyền đạo, mô tả đạo nhưng có nhiều nhận xét, phê phán chủ quan theo đường lối tôn giáo của nhà Nước.

3. Các thông tin liên quan của báo chí thông tin địa phương, nhưng nhiều khi rất sơ sài và không mang tính học thuật.

4. Tìm đọc facebook của giáo dân thì sẽ biết sinh hoạt nội bộ của đạo

5. Về quang cảnh tín ngưỡng tại Việt Nam thì chúng ta có thể dựa vào các tài liệu sau:

●Ban Dân vận Trung ương (2007), Hỏi đáp một số vấn đề về đạo lạ ở nước ta hiện nay, Nxb. Tôn giáo, Hà Nội;

●Ban tôn giáo chính phủ, Tôn giáo và chính sách tôn giáo ở Việt Nam, 2023, NXB Tôn giáo (Sách trắng về tôn giáo của chính phủ)

●Đỗ Quang Hưng (2001), "Hiện tượng tôn giáo mới mấy vấn đề lí luận và thực tiễn", Tạp chí Nghiên cứu Tôn giáo, số 5, Tr 3-12

●TS Hoàng Văn Chung, Các tôn giáo mới và phản ứng của nhà nước đối với sự đa dạng hóa tôn giáo ở Việt Nam đương đại, NXB Springer, 2017 (Chương 4) ,

●Nguyễn Văn Minh (2009), "Tổng quan về tôn giáo

mới trên thế giới và Việt Nam", Tạp chí Dân tộc học, số 6

●Nguyễn Quốc Tuấn (2011), "Về hiện tượng tôn giáo mới", Tạp chí Nghiên cứu Tôn giáo, số 12.

Phạm Văn Phóng, Nguyễn Văn Nhụ (2008), "Nhìn nhận về đạo lạ ở nước ta trong những năm gần đây", Tạp chí Nghiên cứu Tôn giáo, số 9.

●Thích Nhất Từ, Chương trình phật học tại Việt Nam và trên thế giới, NXB Hồng Đức , TP HCM, 2019, Phật học Việt Nam thời hiện đại:Bản chất, hội nhập và phát triển, NXB Hồng Đức , TP HCM, 2019

●Trương Văn Chung (2014), Hiện tượng tôn giáo mới và những vấn đề về chính sách và công tác tôn giáo ở thành phố Hồ Chí Minh hiện nay, Báo cáo tổng kết đề tài, Đại học Quốc gia Tp. Hồ Chí Minh.

●Võ Minh Tuấn (1996), "Những hiện tượng tôn giáo mới ở Việt Nam", trong: Đặng Nghiêm Vạn chủ biên, Về tôn giáo tín ngưỡng Việt Nam hiện nay, Nxb. Khoa học xã hội;

Về phật giáo quốc doanh và đền Hồ Chí Minh, tài liệu khá nhiều bằng video, bài viết trong site "sư quốc doanh" và "đền Hồ Chí Minh"

PHỤ LỤC
CHI PHÁI CAO ĐÀI 1997

Trong chính sách quản lý và đàn áp để cho tôn giáo thích ứng với đường lối chính trị của nhà Nước cộng sản, Chi phái Cao Đài 1997 là thí dụ điển hình thứ hai sau đạo Phật XHCN. Sau năm 1975, sự đàn áp tàn bạo Đạo Cao Đài của cộng sản *được* hướng dẫn bởi những nghị quyết, thông tri, Đạo linh[112].

112
1/- Nghị quyết 297 ký ngày 11-11-1977,
2/- Bản án Cao Đài của MTTQ Tỉnh Tây Ninh đề ngày 20/09/1978
3/- Quyết định 124/43 ngày 04/06/1980
4/- Hướng dẫn 21/HD DV ký ngày 29/01/1994
5/- Thông báo số 34 ký ngày 19/11/1992
6/-Thông Báo số 10 ký ngày 30/12/199
7/- Kế hoạch 01 của Tỉnh Ủy Tỉnh Tây Ninh ký ngày 27/05/1996
8/- Quyết định 42 Tỉnh Ủy ký ngày 29/05/1996
9/-Thông tư 02/1999/TT/TGCP ký ngày 16/06/1999
10/- Thông Báo Số: 319/TB.BDV của Ban Dân Vận Trung Ương do ông Trịnh Xuân Giới ký ngày 30-09-19966.
11/- Hướng Dẫn Số: 31 HD/DVTW của Ban Dân Vận Trung Ương do ông Trịnh Xuân Giới ký ngày 16-02-1998.
12/- THông Báo Báo Số: 145-TB/TW của Bộ Chính Trị do ông Phạm Thế Duyệt ký ngày 15-06-1998.
- Thông Tri số 01/HT/TT,
- Đạo Lịnh số 01, ngày 01/03/1979.

1. Tiêu diệt Chức Sắc lãnh đạo

Quan điểm của đảng, nhà nước đối với đạo Cao Đài được nêu rõ trong thông báo 34-TB/TW:

1. Tiêu diệt các chức sắc uy tín,

2. Chặt gốc (cấm cơ bút), *Chặt đầu* (giải thể Hội Thánh),

3. Thành lập Hội Đồng Chưởng Quản.

Biện pháp tiêu diệt **được áp dụng cho Đạo Cao Đài bằng thủ tiêu, nhốt tù các Chức Sắc chống đối. Thí dụ như Ngài Phối Sư Thượng Vinh Thanh** (Trần Quang Vinh) bị bắt và thủ tiêu ngay sau 1975.

Năm 1978, ngụy tạo Bản Án Cáo Đài nhằm hạ huy tín các đại Chức Sắc Thiên Phong (**Đức Hộ Pháp Phạm Công Tắc, Đức Quyền Giáo Tông Lê Trung Nhựt và chư Chức Sắc Đại Thiên Phong).**

Từ 1979 đến nay Chức Sắc, Chức Việc, Tín Đồ bị cộng sản theo dõi, khủng bố, đàn áp, bắt và giam tù nếu không chịu qui phục Chi phái Cao Đài 1997 của đảng cộng sản.

Triệt tiêu giới lãnh đạo bằng tử hình, tù đày[113]

Một số trí thức của Đạo (gồm 19 vị) bị qui là phản động và đưa ra Tòa xét xử với mức án nặng nề: có 3 người bị tử hình, 3 chung thân và số còn lại từ 07 năm đến 20 năm tù.[114]

---

113 Ngài Bảo Đạo, ông Phối Sư Thái Hiểu Thanh, Bà Phối Sư Hương Mây bị ép buộc phải tham dự

114 03 vị bị tử hình là Phạm Ngọc Trảng, Nguyễn Thanh Điềm, Đặng Ngọc Liên; 03 vị bị tù chung thân là Nguyễn Minh Quang, Lý Thanh Trọng, Châu Thị Mỹ Kim; các vị còn lại là (13) vị lãnh án từ thấp nhứt là 07 năm đến 20 năm tù giam như Cao Trường

Ngày 29 và 30 tháng 10 năm 1978, bắt Chưởng Quản Nông Viện và một số Chức Sắc khác. Tiếp tục bắt bớ một số Chức Sắc (Hành Chánh, Phước Thiện) có gốc Quân Đội Cao Đài phải đi học tập 45 ngày. Một số Chức Sắc Phước Thiện khác đều bị bắt mà không cho biết lý do gồm có: Chơn Nhơn Trần Văn Lợi, Phó Chưởng Quản Phước Thiện, Chơn Nhơn Phạm Văn Oai, Thượng Thống Lễ Viện Phước Thiện, Đạo Nhơn Hòa, Phụ Thống Lại Viện Phước Thiện.

Bôi nhọ Đạo Cao Đài

Vào ngày 20/9/1978, Mặt Trận Tổ Quốc Tây Ninh cho ra đời một Văn kiện mang tên là "*Bản án hoạt động phản cách mạng của một số tên phản động trong giới cầm đầu Giáo Phái Cao Đài Tây Ninh*" để bôi nhọ các bậc Tiền Khai Đại Đạo.

Tiếp theo là Chức Sắc, Chức Việc bị ép buộc đi học tập "*Bản Án*". Tất cả chức việc Bàn Trị Sự trong 20 Phận Đạo vùng Thánh Địa nhận lịnh phải đi học tập bản án trong đợt đầu tiên ngày 3-11-1978 và bị ép buộc phải tố cáo Đức Hộ Pháp Phạm Công Tắc và các bậc Tiền khai của Đạo[115].

Sau đợt học tập của Chức Việc Bàn Trị Sự, kế tiếp là tất cả Chức Sắc từ phẩm Giáo Hữu đổ lên phải đi học tập bản án trong Nội Ô Tòa Thánh trong 5 ngày[116].

Đến ngày 20-11-1978, nhà cầm quyền cộng sản

Xuân, Trần Văn Bao, Phạm Thành Phước tức Ray, v.v.

115 Tuy nhiên, ý đồ của cộng sảnọ bất thành vì trên 200 Chức Việc Bàn Trị Sự, chỉ có 4 Chức Việc cộng sản nằm vùng làm việc nầy.

116 Trước thảm cảnh nghiệt ngã lúc bấy giờ, chính Ngài Hồ Bảo Đạo đứng ra phát biểu tự mình nhận tội như vầy: "Tôi là nhà trí thức lại lớn tuổi, tôi không để cho ai lường gạt tâm lý được. Chính tôi nhận định đường lối phải tôi mới theo. Nếu chánh quyền định hình phạt Đức Hộ Pháp thế nào tôi xin gánh chịu như thế đó, tôi không bao giờ chối cải những hành động của tôi đã làm trong 20 năm qua".

bắt từ cấp Lễ Sanh và các cấp tương đương gồm Luật Sự, Sĩ Tải, Giáo Thiện, Giáo Nhi, Bếp Nhạc (tất cả 1029 vị) đi học tập bản án trong thời hạn 10 ngày, chính thức bắt đầu từ ngày 22-11-1978.

2. Chặt gốc và đầu

Ai cũng biết và cũng hiểu rằng qua cơ bút, các điều mạc khải của Đức Chí Tôn và các Đấng Thiêng Liêng được ghi lại dưới hình thức Thánh Ngôn đã tạo lập nên tôn giáo Cao Đài. Các điều " *Mạc khải* 幕 啟[117]" (the revelation) của Thượng Đế và các Đấng Thiêng Liêng có nghĩa là từ cõi vô hình, Ông Trời mở tấm màn (mạc) ra cho biết (khải) những điều thiêng liêng mầu nhiệm huyền bí trong sự tĩnh lặng mà lý trí con người không thể giải thích được. **Chính các điều mạc khải của Đấng Thiêng Liêng qua cơ bút là nguồn gốc của Đạo Cao Đài.**

Với Đạo Cao Đài, cơ bút giống như là Chúa Ki Tô của Đạo Chúa, Mahomet của Đạo Islam. Vì vậy, muốn chặt gốc đạo Cao Đài thì việc đầu tiên là cấm cơ bút nên ngày 23-12-1978, chính quyền tỉnh Tây Ninh ra **Nghị Quyết của HĐND Tỉnh Tây Ninh ra lệnh x**óa bỏ và nghiêm cấm Cơ bút với mục đích:

- *Chặt cái gốc của Đạo Cao Đài,*

- *Thay Đấng Thiêng Liêng bằng phàm quyền* (tức đảng cộng sản) *hành xử Đạo như phong tước, chọn phái*[118]...

117 Mạc 幕 là tấm màn che, khải 啟 là mở ra (revelation). Mạc khải không đồng nghĩa với Mặc khải (Mặc 默: Lặng lẽ, không nói; Khải: 啟 mở ra, bày tỏ (to reveal something silently).

118 Mặc dầu rõ ràng như thế mà vẫn có vài tín đồ nông cạn hay có tà ý lý luận

Đầu não của Cao Đài gốc 1926 là Hội Thánh Anh. Để chặt cái đầu não này, **Thông Tri số 01/HT/TT** **b<u>ắt buộc Hội Thánh tự giải thể.</u>**

Nhà cầm quyền cộng sản buộc Hội Thánh phải ra Thông Tri ngày 16 tháng giêng Kỷ Mùi (dl. 12-2-1979) cho toàn Đạo rõ là Hội Thánh tự giải thể Hội Thánh và nhà cầm quyền cộng sản " *giả vờ* " như không can thiệp vào nội bộ Đạo Cao Đài để che dấu nhơn sanh, nhân dân trong nước và thế giới. Âm mưu cộng sản đã thành công với một số tín đồ nông cạn, hoặc cố ý tự che mắt thì nghĩ Hội Thánh đã tự giải tán Hội Thánh.

3. Hội Đồng Chưởng Quản

Sự hình thành Chi phái Cao Đài 1997 đi song song với sự thiết lập Hội Đồng Chưởng Quản qua những năm 1979, 1989, 1996.

Hội Đồng Chưởng Quản 1979[119]

Việc đầu tiên là đảng cộng sản huấn luyện một đội công an tôn giáo điều hành Chi phái Cao Đài 1997. Các văn thư chính thức (Nghị quyết, Đạo lịnh, Thông báo, Hướng dẫn...) sẽ mở cửa cho họ lọt vào trong lòng Đạo để quản lý **Đạo giống như những con "<u>sâu đuông</u>"** trong bọng cây dừa hay cây chà là[120].

---

một cách ngụy biện để bênh vực việc cấm cơ bút

119 Chỉ có Hội Thánh (chứ không phải cá nhân, phe nhóm) có quyền trọng tài nói đúng hay sai về Đạo Lịnh 01. Mọi tín đồ đều biết rằng Hội Đồng Chưởng Quản nào cũng là công cụ diệt Đạo của cộng sản tạo ra

120 Ngay ở hải ngoại, cộng sản cũng áp dụng việc đào tạo " *Cao Đài 1997* " len lỏi quấy phá các tổ chức bằng cách tấn phong 13 Lễ Sanh gởi ra hải ngoại hướng dẫn hành Đạo theo đường lối cộng sản.

Dưới đây là các cánh cửa mở cho những con sâu đuông chui vào thân cây của Đạo.

Nghị quyết 297 (ngày 11-11-1977) **là cánh cửa cho công an xâm nhập vào ban lãnh đạo của Cao Đài 1997.** **K**hoản 3, phần 6 của Nghị quyết 297 được qui định: "Việc *phong chức, bổ nhiệm những người chuyên hoạt động tôn giáo, kể cả những người do tín đồ bầu cử **phải được chính quyền chấp thuận trước**. Tùy theo phạm vi hoạt động Tôn giáo của những người nầy trong một xã, Huyện, Tỉnh hoặc Thành phố mà Uỷ Ban Nhân Dân Xã, Huyện, Tỉnh hoặc Thành Phố chấp thuận. Nếu phạm vi hoạt động tôn giáo bao gồm nhiều tỉnh phải do Thủ Tướng Chánh Phủ quyết định."*

Hướng dẫn 21[121]: *Xử dụng các cán bộ ủy viên xuất thân từ Đạo Cao Đài.*

Thông tư số 02[122] : *Chức Sắc Đầu Họ Đạo (*Giáo Hữu hoặc Lễ Sanh) *do chủ tịch Ủy ban nhân dân cấp tỉnh chấp thuận, phẩm Giáo Tông Hộ Pháp do thủ tướng chính phủ chấp thuận; Phối Sư và Chưởng Pháp và những đối phẩm tương đương trở xuống do chủ tịch Ủy ban nhân dân tỉnh chấp thuận... Hội Vạn Linh do thủ tướng cho phép.*

Sau khi đã hoàn tất một toán quân Chi phái Cao Đài 1997, cộng sản cưỡng bức Hội Thánh ban hành Đạo Lịnh số 01[123] ngày mùng 04 tháng 2 Kỷ Mùi (01- 03-1979) gồm các điều quan trọng sau:

a/ Thành lập một Cơ quan mới hành Đạo duy nhứt tại Tòa Thánh là "***Hội Đồng Chưởng Quản*" thay thế Hội**

121 do Trưởng ban dân vận trung ương Phan Minh Tánh ký ngày 29-1-1991

122 Của Ban tôn giáo chính phủ do Lê Quang Vịnh ký ngày 16-6-1999

123 Đạo Lịnh 01 là đề tài tranh cãi và chia rẽ đáng buồn của một số tín đồ tranh đấu cho Đạo nhất là ở hải ngoại

Thánh và phải "*quan hệ gắn bó với Mặt Trận Tổ Quốc Việt Nam, với Nhà nước Cộng Hòa Xã hội chủ nghĩa Việt Nam* các cấp về mặt đoàn kết dân tộc, chấp hành nghiêm chỉnh các chánh sách, chủ trương, pháp luật của Đảng và chánh phủ" (Điều 2).

b/ Qui định các tiêu chuẩn Chức Sắc và tuyển chọn Chức Sắc trong hàng Thánh là: "*Tinh thần phục vụ Đạo, phục vụ nhân dân và **phục vụ Tổ quốc Việt Nam Xã hội chủ nghĩa"*** (Điều 3).

Hội Đồng Chưởng Quản 1989

Ngày 14-09-1989 Ủy Ban Nhân Dân tỉnh Tây Ninh ra quyết định thành lập HĐCQ để thi hành luật pháp Việt Nam. Ngày 14 tháng 09, 1989 Ủy Ban Nhân Dân Tỉnh Tây Ninh ra Quyết định 88 thành lập Hội Đồng Chưởng Quản gồm những thành phần nhân sự được đảng và nhà nước tin dùng là:

- Ông Hồ Ngọc Thơ, Phối Sư, Hội Trưởng Hội Đồng Chưởng Quản[124]*,*

- Ông Nguyễn Thành Tám, Giáo Sư, Phó Hội Trưởng thường trực,

- Bà Huỳnh Thị Nhìn, Ủy Viên Hội Đồng Chưởng Quản[125]*.*

Hội Đồng Chưởng Quản 1997

124 Là Phó Chủ Tịch Uỷ ban Trung Ương Mặt Trận Tổ Quốc Việt Nam (Đại hội lần thứ IV nhiệm kỳ 1994 – 1999), đồng thời cũng là Ủy Viên Mặt Trận Tổ Quốc Việt Nam Tỉnh Tây Ninh

125 Cũng là Ủy Viên Mặt Trận Tổ Quốc Việt Nam tỉnh Tây Ninh (Khóa V nhiệm kỳ 1994 – 1999).

Thông báo số 10 TB/TGCP[126] : Xác định tôn giáo gốc Cao Đài Tây Ninh là một chi phái. Thông báo nói rõ đường lối chỉ đạo trong trang 5: " *Ta không chủ trương phát triển tôn giáo, không lập lại tổ chức giáo hội như cũ, không thống nhất các chi phái. Tranh thủ chức sắc là chủ yếu, để tín đồ, chức sắc tự giác thực hiện theo định hướng của ta".*

Theo thông báo 34/BBT của Ban bí thư trung ương Cao Đài phái Tây Ninh (Tây Ninh 27-5-1996), tôn giáo Cao Đài Tây Ninh bị hạ xuống hàng chi phái.

Trang 7 ghi: Xác định tôn giáo Cao Đài Tây Ninh là một chi phái,

1. *Không xử dụng cơ bút,*
2. *Bộ máy giáo hội 2 cấp,*
3. *Từ ngữ rõ ràng tránh hiểu lầm.*

Tỉnh Ủy Tây Ninh ra Quyết định số 42-QĐ/TU ngày 29-5-1996 thành lập một Ban Chỉ Đạo và kèm theo Quyết định này là bản Kế Hoạch số 01-KH/TU ngày 27-5-1996 cũng do Bí thư Tỉnh ủy Tây ninh ký đã đưa ra chỉ đạo cụ thể là:

*- Xóa bỏ tôn giáo Cao Đài (gốc) bằng dựng lên **Hội Đồng Chưởng Quản** thay thế Hội Thánh Tây Ninh,*

***- Xác định tôn giáo Cao Đài Tây Ninh là một chi phái ngang hàng và độc lập với các chi phái** khác tức là cắt bỏ sự phụ thuộc của chi phái với tôn giáo gốc Đại Đạo Tam Kỳ Phổ Độ về tổ chức, thờ kính Đức Chí Tôn và giáo lý,*

126 Thông báo kết quả hội nghị chuyên đề về công tác đối với Đạo Cao Đài, Hà Nội 30-12-1995

Ngày 9/5/1997, với Quyết Định Số 10/QD/TGCP, Ban Tôn Giáo Chính Phủ công nhận tư cách pháp nhân của Chi Phái 1997, với tên chính thức là "*Đại Đạo Tam Kỳ Phổ Độ Cao Đài Tây Ninh*", gọi tắt là Đạo Cao Đài Tây Ninh đặt **dưới sự lãnh đạo của đảng có nghĩa là xóa bỏ tôn giáo Cao Đài** (gốc) bằng đem chi phái ngụy tạo ra để thay vào[127]. Báo Xa Lộ Pháp Luật[128] viết:"*Hiện nay, Cao Đài Tây Ninh được nhà nước công nhận là một trong chín chi phái Cao Đài hoạt động hợp pháp ở Việt Nam*".

127 Đảng Cộng Sản quyết định thành lập Chi Phái 1997 như một công cụ để tiêu diệt Đạo Cao Đài sau khi nhận thấy chiêu kế "khoanh tròn cho đến khi tiêu vong" đã thất bại. Chiêu kế mới là thay thế Đạo Cao Đài cả phần xác lẫn phần hồn

128 Số 36 ra ngày 17/8/2013 trang 16 cột bốn, dòng 26

Tổng kết hiện trạng Đạo Cao Đài

Bảng so sánh tình trạng Đạo Cao Đài trước và sau năm 1975

	Trước năm 1975	*Sau năm 1975*
Tôn giáo gốc	Tòa Thánh Tây Ninh là tôn giáo gốc	*Không có tôn giáo gốc, tất cả đều là chi phái ngang hàng*
Phong chức	Do cơ bút và Tòa Thánh	**Đều do công cử, chức phong phải được nhà Nước chấp thuận**
Cơ sở	Tòa Thánh quản lý và tự do xây cất (1)	*Nhà Nước quản lý, mọi xây cất phải được cho phép trước*
Chi phái	Tự do thành lập chi phái hay tổ chức mới	*Cấm dưới hình thức không cấp giấy phép*
Hội họp	Tự do hội họp, tổ chức lễ bái	*Các hội họp lớn phải xin phép và phải có đại diện nhà Nước tham dự (2)*
Cơ quan Ngôn luận	Tự do phát hành tạp chí phổ biến Đạo thí dụ : L'Action indochinoise (1928), Revue caodaïste (1930), Đuốc Chơn Lý (1933), Đại Đạo (1936), Đại Đồng (1938) Tiên Thiên tuyên bố (1938), Đường sáng (1948), Đạo đời (1953), Nhân sinh (1954), Cao Đài giáo lý (1965),	**Đến năm 2014, chỉ có một Tạp Chí Cao Đài duy nhất của nhà Nước**

Ghi chú. (1) Thời Pháp thuộc, xây cất cũng phải xin phép nhưng Tòa Thánh cứ xây cất rồi xin phép sau, trước sự đã rồi nên Pháp phải làm ngơ vì nếu cho phép tức công nhận Đạo Cao Đài.(2) Nếu không có giấy phép mà cứ hội họp, công an sẽ đến làm biên bản hoặc cho côn đồ đến hành hung tín đồ đó là trường hợp đã xảy ra cho các Tộc Đạo và tư gia không chịu đăng ký xin phép Cao Đài 1997.

4. Hiến chương Cao Đài 1997

Trừ phần tín ngưỡng, thờ phụng các Đấng Thiêng Liêng, hiến chương có 2 điều liên quan đến việc quản lý Đạo là mở **cửa cho phàm phong và phá nền tảng của Hội Thánh**.

Mở cửa cho phàm phong.

Tất cả chức sắc của Chi phái Cao Đài 1997 là phàm phong, còn gọi là *"banh phong"*[129] nên đều không đủ tiêu chuẩn chức sắc theo Đạo Cao Đài[130] .

Hiến chương mở cửa cho phàm phong

Về việc cầu phong chức sắc, hai điều 31 và 32 của hiến chương Chi phái Cao Đài 1997 giúp cho đảng cộng sản gạt bỏ dễ dàng các thành phần chống đối bằng cách chỉ việc đơn phương bỏ tù, truất quyền công dân *và mở cửa giúp cho Cao Đài 1997 xâm nhập vào cơ cấu lãnh đạo của Đạo*[131].

---

129 Banh phong nghĩa là chi phái chỉ có 2 Hội chọn xong thì dùng 3 trái banh sơn 3 mầu vàng, xanh, đỏ để bắt banh chọn phái cho các chức sắc. "Thực chất cầu phong bằng bắt banh (vàng, xanh hay đỏ) mà có phải là để cho đảng cộng sản kiểm soát Đạo là vì khi muốn cầu phong lên chức phẩm phải đưa danh sách cho nhà cầm quyền cộng sản duyệt xét, chấp thuận trước".

130 Chức sắc của Đạo Cao Đài thì phải được thiên phong, nghĩa là sau khi 3 Hội lập quyền vạn linh tuyển chọn và thông qua thì phải dâng danh sách lên cho Đức Chí Tôn hay Đức Lý Giáo Tông quyết định bằng cơ bút do Hiệp Thiên Đài phò cơ tại Cung Đạo để chấm phái (Thái, Thượng, Ngọc) tương ứng với Phật, Tiên và Nho

131 Theo Lễ Sanh Lê Hương Muội, cộng sản cài cán bộ vào giáo hội Cao Đài qua năm lần cầu phong cầu thăng.
1. Năm 1999 đã tấn phong 1468 vị (ngày 23-11-1999).
2. Năm 2002 đã tấn phong ông Nguyễn Thành Tám lên Phối Sư và một số Chức Sắc.
3. Năm 2005 đã tấn phong ông Nguyễn Thành Tám lên Đầu Sư và một số Chức Sắc.
4. Năm 2007 Hội Đồng Chưởng Quản đổi danh xưng lại là Hội Thánh và tấn phong một số Chức Sắc.
5. Năm 2012 đã tấn phong 2127 vị.
Tổng cộng lần 1 và 5 là 3595 vị, tại Tòa Thánh Tây Ninh trước sự chứng kiến của Ban Tôn Giáo và các cán bộ đảng viên cao cấp của Cộng Sản Việt Nam.

Điều 31:

- Chức sắc, Chức việc và tín đồ nào có **hoạt động vi phạm luật nước**, làm phương hại đến đại đoàn kết dân tộc và hòa bình, độc lập, thống nhất tổ quốc thì sau khi nhà nước xử phạt theo pháp luật, Hội Thánh sẽ xử lý nghiêm theo luật đạo.

- Hội Thánh khoan hồng cho Chức sắc, Chức việc và tín đồ phạm lỗi biết ăn năn tỉnh ngộ, lập đức để chuộc tội với đạo và chuộc tội với đời.

Điều 32: Chức sắc, Chức việc **nào bị mất quyền công dân** thì đương nhiên bị mất tư cách Chức sắc, Chức việc. Khi được phục hồi quyền công dân thì sẽ được Hội Thánh xét cho phục hồi tư cách Chức sắc, Chức việc nếu có yêu cầu.

Các điều này hoàn toàn phạm luật Mậu Dần 1938 của Đạo Cao Đài[132] là vì Hội Thánh Cao Đài 1926 chiếu cố khen thưởng phi thường cho những người đạo trung kiên bị cường quyền áp bức. Cao Đài 1997 thì a tòng với cường quyền để trừng phạt những người nghĩa khí đứng lên bảo vệ nền đạo.

Theo Thủ Đô Thời Báo, ngày 19/07/2000 mô tả chiến lược mới của hiến chương như sau: "... *kỳ thực bên trong là kế hoạch tiêu diệt Đạo Cao Đài bằng việc xoá bỏ cơ cấu tổ chức Đạo Cao Đài theo Pháp Chánh Truyền và Tân Luật, xoá bỏ cơ bút, đưa Đạo Cao Đài Toà Thánh Tây*

132 Đạo Luật Mậu Dần (1938). Điều thứ nhất khoản II, mục số 4:
Điều 31: *phương hại đến đại đoàn kết dân tộc và hòa bình, độc lập, thống nhất tổ quốc thì sau khi nhà nước xử phạt theo Pháp luật, Hội Thánh sẽ xử lý nghiêm theo luật đạo. Những vị nào hết tâm vì Đạo mà phải chịu khổ hạnh, hoặc bị tù tội ngục hình, hoặc bị khổ sở tai họa, cũng đặng Hội Thánh cho dự vào sổ cầu phong, ngoài luật định 5 năm công nghiệp.*
Điều 32: Chức sắc, Chức việc nào bị mất quyền công dân thì đương nhiên bị mất tư cách Chức sắc, Chức việc. Khi được phục hồi quyền công dân thì sẽ được Hội Thánh xét cho phục hồi tư cách Chức sắc, Chức việc nếu có yêu cầu.

Ninh thành một chi phái, chỉ đạo cho HĐCQ lập điều lệ cầu phong và cầu thăng" mới để đưa các chức sắc do chánh quyền chọn... Đồng thời chính quyền CS còn lập Ban Chỉ Đạo để kiểm soát mọi hoạt động của Đạo Cao Đài. Đó là kế xâm nhập vào mọi tầng cấp trong cơ cấu tổ chức của Chi Phái 1997 để dễ điều khiển và kiểm soát: "*Rà soát, lựa chọn và tập hợp lực lượng cốt cán, cơ sở chính trị và đảng viên (kể cả đảng viên cũ), tiến tới xây dựng thành những tổ cốt cán trực thuộc sự lãnh đạo của cấp uỷ... Chú ý chất lượng và coi trọng nguyên tắc bảo mật, chặt chẽ trong công tác cốt cán, nhất là cơ sở chính trị.*" Cũng theo thông tư này, các tỉnh uỷ và thành uỷ nơi có Đạo Cao Đài phải trừ khử những thành phần không nhất trí với chủ trương của Đảng Cộng Sản: "*Phân loại, phân hoá số đối tượng tiêu cực trong chức sắc, chức việc, tín đồ của từng hệ phái ở từng địa phương.*"

Phá nền tảng của Hội Thánh.

Hiến chương Cao Đài 1997 huỷ bỏ các "*Bàn Trị Sự*"[133] và ghi trong điều 19: ... *Chức năng của Chức việc là lo việc* ***hướng dẫn các mặt Nghi lễ*** *cho tín đồ trong phạm vi phụ trách* ... Tại sao có điều này? Là vì:

Hội Thánh Em[134] có sứ mang giữ cho Đạo tồn tại khi Hội Thánh Anh của Tòa Thánh Tây Ninh bị bất cứ tà quyền nào giải thể.

Trong Đạo Cao Đài, các Bàn Trị Sự của thánh thất cấu thành "*Hội Thánh Em*" để thay mặt Hội Thánh trung

133 Cao Đài 1997 không có Bàn Trị Sự thì Pháp Chánh Truyền đã bị vô hiệu hóa phần hạ tầng. Chức việc Cao Đài 1997 chỉ lo về nghi lễ thì đã biến đạo thành hội chôn thây mà các Đấng đã chê trách. Tổ chức Cao Đài 1997 ở địa phương trái ngược với cách lập pháp của Đại Đạo Tam Kỳ Phổ Độ.

134 Xem Lạp Chúc Nguyễn Huy, Lịch sử Hội Thánh Em, Liên Hiệp Hội Thánh Em xuất bản năm 2019 tại Canada

ương (còn được gọi là Hội Thánh Anh) hành đạo nơi địa phương. Hội Thánh Em có nhiệm vụ giúp đỡ các sinh hoạt của Đạo và săn sóc các Đạo hữu như anh, chị lớn trong gia tộc.

Khi Hội Thánh Anh bị uy hiếp hay bị xóa bỏ thì muôn ngàn Hội Thánh Em khắp nơi trên thế giới vẫn còn đó giúp cho Đạo tồn tại và khôi phục lại giống như cái cây bị đốn thì lập tức có các nhánh mọc lên để thành cây mới.

Vì nhận thấy Hội Thánh Em có sứ mạng quan trọng như vậy trong thời Đạo Loạn nên Chi phái Cao Đài 1997 không có Bàn Trị Sự thì Pháp Chánh Truyền đã bị vô hiệu hóa phần hạ tầng. Chức việc Cao Đài 1997 chỉ lo về nghi lễ thì đã biến Đạo thành " *hội chôn thây* " và Thánh Thất thành tổ nghi lễ

5. Lãnh đạo Chi phái Cao Đài 1997

Đạo ngôn "Tốt Đạo, Đẹp Đời"[135]

Theo lời ông Trần Dinh[136], cựu cán bộ cao cấp của Ban Tôn Giáo Chính Phủ, trọng tâm của chính sách diệt Đạo Cao Đài là lập 2 đội quân :

- *Đội quân Cao Đài 1997 (*Công an, cán bộ, tay sai mặc đạo phục*) quản lý Đạo và đánh phá bên trong cơ cấu của Đạo giống như con* ***sâu đuông*** *làm ung thối ngọn cây dừa, cây chà là*[137]*; đạo quân này thi hành* ***chỉ thị của***

135 " Tốt Đạo " có nghĩa tùng phục Cao Đài 1997 thì " Đẹp Đời " có nghĩa là tín đồ của Cao Đài 1926 không bị Cao Đài 1997 hành hung

136 Ông Trần Dinh hiện sống tại nước Pháp

137 Đuông dừa, đuông chà là, (danh pháp khoa học: *Rhynchophorus ferrugineus*) là một loài côn trùng trong họ bọ vòi voi (*Curculionidae*). Ấu trùng của loài bọ này

trung ương *tức Ban Tôn Giáo Chính Phủ;*

- Đội quân bá đạo còn gọi là " Ban trật tự áo cụt " (công an mặc thường phục hay đạo phục, côn đồ) *thi hành **chỉ thị của địa phương** tức Cao Đài 1997, đánh phá bên ngoài thân cây của Đạo (đàn áp, vi phạm nhân quyền). Chi phái Cao Đài 1997 với đội quân bá đạo là mặt nổi bên ngoài của đội quân Cao Đài 1997 có nhiệm vụ lừa gạt quốc tế về nhân quyền với giải thích các hình ảnh đàn áp là hình ảnh của xung đột nội bộ giữa các tín đồ nhằm tránh tai tiếng với ngoại quốc.*

Dưới đây là hình ảnh đánh phá của đội quân bá đạo

Cướp Thánh Thất

Thánh Thất Sài Gòn bị Chi phái Cao Đài 1997 chiếm, tín đồ phải quì ngoài đường làm lễ trọn 8 năm trời

---

sinh sống chủ yếu trong thân cây dừa. Khi mới nở ấu trùng đục, bào vào phía trong thân cây hoặc vào bó lá ngọn. Khi tấn công vào bó lá nọn thì chúng cắn phá củ hủ, làm cho củ hủ bị hư thối, dẫn đến hư đỉnh sinh trưởng, các lá ngọn héo vàng và đổ ngã xuống, cây chỉ còn những lá già xanh, rồi các lá già cũng từ từ rụng đi. Khi phát hiện thì đã muộn, cây dừa đã chết bởi đám sâu béo mũm mĩm đang bò bên trong đã đục rỗng ruột thân cây.

Hành hung tín đồ không qui phục

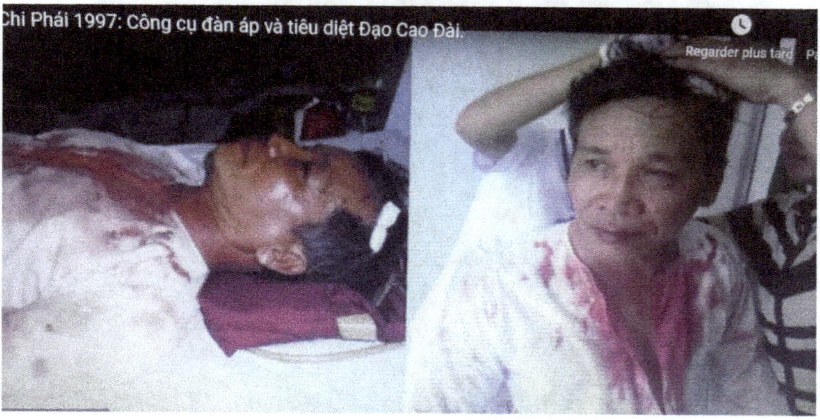

*PTS Nguyễn Văn Em bị đánh trọng thương
ngày 3 tháng 7 năm 2013.*

Thánh Thất Long Bình (xã Long Bình, huyện Gò Công Tây, tỉnh Tiền Giang)

Trả thù cả người chết

Ngày 10/1/2018, cấm an táng Ông Lê Văn Nhã, 78 tuổi tại nghĩa trang Cực Lạc Thái Bình vì người quá cố không qui phục chi phái,

Khi nhìn thấy lá dừa úa vàng, thân dừa khô héo thì mới biết có **sâu đuông nằm trong bọng cây dừa cũng như khi nhìn thấy cảnh tín** đồ chơn truyền bị đánh trọng thương, tín đồ phải quì ngoài đường hành lễ, Thánh Thất bị côn đồ đánh chiếm, mồ mả bị phá hủy vì không chịu cải Đạo... lúc đó ta mới nhìn thấy Chi phái Cao Đài 1997 trong thân cây Đạo như con sâu đuông trong bọng dừa.

Hiện nay, người lãnh đạo đội quân quốc doanh là hai ông:

- Ông Nguyễn Thành Tám tại quốc nội, chỉ huy trực tiếp đội quân Quốc Doanh để đánh phá Đạo theo lệnh của đảng cộng sản

- Ông Trần Quang Cảnh đánh phá Cao Đài tại hải ngoại.

Ông Nguyễn Thành Tám

Trong quá trình hành Đạo Ông từng làm việc tại Văn Phòng Đức Thượng Sanh, văn phòng Ngài Hiến Pháp, cuối cùng là văn phòng Ngài Khai Đạo. Ông Tám từng là đại biểu Quốc Hội và Uỷ Viên Uỷ Ban Trung Ương của Mặt Trận Tổ Quốc Tỉnh Tây Ninh đã cưỡng chiếm hầu hết các thánh thất Cao Đài.

Đây là trường hợp rất đặc biệt vì ông Tám trải qua hai giai đoạn:

- Giai đoạn Thiên Phong từ 1957 đến 1975, Ông được Đức Lý Giáo phong cho chức LỄ SANH phái Thượng (1957)[138], GIÁO HỮU (1965), cầu phong Giáo Sư (1972) nhưng bị Đức Lý đình chỉ và Ngài nói: ***"Tám là người của Lão để ngày sau có chỗ dùng****".*

---

138 Dưới đây là Thánh giáo phong phẩm vị Lễ sanh cho ông Nguyễn Thành Tám.
Đền Thánh, đêm 17-10-Đinh Dậu (dl 8-12-1957)
Phò loan: Thượng Sanh - Bảo Pháp.
LÝ NHỨT TRẤN OAI NGHIÊM
Chào chư hiền hữu Hiệp Thiên, Cửu Trùng.
Mặc dầu Đức Chí Tôn có để lời khuyên dạy cặn kẽ, Lão nhận thấy:
Chức sắc Hiệp Thiên và Cửu Trùng cũng còn hẵng hờ phận sự, chưa đem hết tiếng nói của Đại Từ Phụ vào não cân. Một phần Chức sắc Hiệp Thiên coi rẻ sứ mạng thiêng liêng, hoặc coi đời trọng Đạo khinh. Lão lo cho họ phải thất thệ với Ngọc Hư Cung.
Một phần Chức sắc Cửu Trùng Đài xu hướng về mặt đời, không để tâm lo trách nhiệm, tức là để cho ngoại vật lôi cuốn một cách dễ dàng. Thiên điều chẳng vì từ bi của Chí Tôn mà dung thứ, và vì công nghiệp của một phần ít Chức sắc mà để cho Đạo phải thất chơn truyền.
Lão khuyên hai Đài Hiệp Thiên và Cửu Trùng nên chung tâm nhứt trí chấn chỉnh nền chánh giáo cho được thuần túy hơn, nghiêm trang hơn, để đối phó với sự tiến triển của các tôn giáo, làm cho rạng danh Đạo, và mới có đủ chuẩn thằng độ rỗi nhơn sanh trong thời kỳ mạt kiếp nầy.
Phải cải tổ bộ máy Hành chánh đạo, lựa Chức sắc có nhiều ít chuyên môn, nhứt là có thiện chí làm nên cho Đạo, chớ chẳng phải tùy theo phẩm chức mà thôi. Cơ phục hưng có tiến triển cùng không, chư hiền hữu cũng đã thấy và cứ như tánh cách đứng dừng mãi, hoặc bước lui thì nhơn sanh không trông mong nhờ cậy chi được. Thế thì sứ mạng của Chí Tôn giao cho để làm gì ?
Hiền hữu Bảo Thế đọc danh sách cầu phong Sĩ Tải.
1. Trần Văn Ngôn, chấm phong Sĩ Tải.
2. Nguyễn Văn Còn, sắc phong Lễ Sanh phái Thái, sẽ giúp đắc lực cho Cửu Trùng Đài.
3. Trần Thanh Danh, chấm phong Sĩ Tải.
4. Nguyễn Thành Tám, sắc phong Lễ Sanh phái Thượng

- *Giai đoạn phàm phong từ 1975 đến 2016. Ban Tôn giáo chính phủ cộng sản phong cho chức PHỐI SƯ (1999), ĐẦU SƯ (2005), sau đó cho chức CHƯỞNG QUẢN HỘI THÁNH Cao Đài Tòa Thánh Tây Ninh.*

Ông Nguyễn Thành Tám[139] thì không qua thủ tục "*banh phong*" mà là được nhà Nước cộng sản phong[140].

Ông Nguyễn Thành Tám

Về giá trị hai thành phần Chức Sắc Thiên Phong và Phàm Phong, Ngài Bảo Đạo Hồ Tấn Khoa xác nhận: "*Việc cầu phong, cầu thăng cho Chức Sắc phải do Cơ Bút quyền Thiêng Liêng quyết định mà nay lại do chính quyền chấp*

139 Ủy viên Mặt Trận Tổ Quốc Việt Nam tỉnh Tây Ninh (Khóa V, nhiệm kỳ 1994 – 1999).

140 "Giáo Sư Thượng Tám Thanh được sự chấp thuận của Ban Tôn Giáo Chính Phủ do Công văn số 584/TGCP.V3 ngày 15-11-99, đã ký Đạo lịnh số 01/74 HĐCQĐL ngày 19/11/99, tự thăng nhiệm mình làm Hội Trưởng Hội Đồng Chưởng Quản. Bốn ngày sau đó, ngày 23/11/99, Giáo Sư Thượng Tám Thanh đã chủ toạ phiên họp ở Đền Thánh, với sự hiện diện của 8 viên chức chính quyền trung ương và địa phương, để xét duyệt và chấp thuận danh sách Chức Sắc và Chức Việc xin cầu phong, cầu thăng. Tổng cộng danh sách này có 317 vị xin "Cầu thăng" và 1192 vị xin "Cầu phong"... Giáo Sư Thượng Tám Thanh được thăng Phối Sư." (Bản Tin Đại Đạo 5/75, trang 13).

thuận! Như vậy đạo Cao Đài mất hết ý nghĩa Thiêng Liêng của nó và trờ thành một tổ chức của Phàm trần (Trích Văn Tịch Pháp ngày 19/4/ năm Giáp Tý- 1984).

Sức mạnh đàn áp của Chi phái Cao Đài 1997

Hình ảnh dưới đây đủ tóm tắt sức mạnh của Ô, Nguyễn Thành Tám : Trên ông Tám có **công an** địa phương giúp sức, dưới ông thì có đội **quân bá đạo** (công an trá hình, người của chi phái 1997, côn đồ ...). Sức mạnh này đủ giúp ông Tám đi chiếm đoạt khoảng 300 thánh thất và đàn áp mọi chống đối của tín đồ chơn truyền không tùng phục

Ông Trần Quang Cảnh

Tại hải ngoại, ông Trần Quang Cảnh là chức sắc nổi tiếng nhất của Chi phái Cao Đài 1997 tại hải ngoại là nhờ 03 điều:

1. Thân sinh của ông là Ngài cố Phối Sư Trần Quang Vinh bị cộng sản bắt và thủ tiêu ngay sau ngày 30/4/1975,

2. Ông quyết liệt chống Cao Đài 1997 rồi trở cờ qui phục chi phái này để được phong Lễ Sanh phàm phong với lý do tuân theo Đạo Lịnh 01 của Hội Thánh[141]*,*

3. Ông Cảnh xin cầu chứng danh xưng "Đại Đạo Tam Kỳ Phổ Độ" như một thương hiệu với tư cách là "cửa hàng" (vitrine) của Cao Đài 1997 tại hải ngoại.

Nhờ những thành tích trên mà ông Trần Quang Cảnh được Hội Thánh Cao Đài 1997 phong phẩm cấp và bổ nhiệm chức vụ sau:

Lễ Sanh do Huấn Lịnh số 288/86-HT-DL ngày 18-6-2011,

Giáo Hữu phàm phong với Đạo Lịnh số:09-90-HT-ĐL ngày 30-8-2015. Ngày 15/02/2016, Chưởng Quản Hội Thánh Thượng Tám Thanh, đã chủ tọa buổi Lễ Minh Thệ và ban hành Đạo Lịnh cho Giáo Hữu Thượng Cảnh Thanh (Trần Quang Cảnh) và đọc Huấn Từ:" *đã đến lúc Hội thánh cần có Chức Sắc có năng lực làm gạch nối Chức Sắc, Chức Việc và đồng đạo ở nước ngoài với Hội Thánh nhằm phát huy nền Đại Đạo"*

Giữ chức vụ Trưởng Ban Đại Diện Hội Thánh Cao Đài 1997 Tòa Thánh Tây Ninh tại Hải Ngoại bằng Huấn Lịnh số: 369/90-NCPS-HL ký ngày 31-8-2015 với nhiệm vụ được ấn định rõ: "*Lãnh nhiệm vụ hướng dẫn Chức sắc, Chức việc và tín đồ Nam, Nữ ở nước ngoài hướng về Hội Thánh Cao Đài Tòa Thánh Tây Ninh (*Quốc Doanh*) và thông tin việc hành đạo của Hội Thánh ra nước ngoài cho đồng đạo hiểu biết*".

Trụ sở hoạt động là tư gia của Ông Cảnh ở Westminster,

141 Đây là biện minh chính thức của các chức sắc phàm phong qui phục Cao Đài 1997

California. Năm 2012 Ông Cảnh đăng ký Cơ Quan Truyền Giáo Hải Ngoại (Caodai Overseas Missionary) với tiểu bang California.

Âm mưu độc quyền chiếm danh xưng

Cùng tham gia vào tổ chức tuyên vận cho Chi phái Cao Đài 1997 có Ông Lê Văn Cơ (ở Woodbridge, Virginia) trong vai Tổng Thư Ký và người em là Ông Lê Văn Tua (ở Springfield, Virginia) trong vai Tổng Thủ Quỹ. Năm 2013, hai Ông Cơ và Ông Tua được phong phẩm Lễ Sanh bởi Chi phái Cao Đài 1997.

Giáo Hữu Trần Quang Cảnh

Nguyễn Thành Tám đứng giữa Lễ Sanh Cơ và Tua

Sau đó Ông Cảnh đã ghi danh với Sở Thuế Liên Bang để lấy số đăng bộ: 52-1780539. Vì ghi danh như một tổ chức tôn giáo để đương nhiên được quy chế miễn thuế và không phải khai thuế.

Ngày 8 tháng 8 năm 2014 tổ chức "*CaoDai Overseas Missionary*" thuê văn phòng luật sư Michael Cohen ở Beverly Hills, California đăng ký bản quyền "*Đại Đạo Tam Kỳ Phổ Độ Toà Thánh Tây Ninh*" như một thương hiệu (trademark) với chính phủ Liên Bang. Ngày 3 tháng 2, 2015, cơ quan Liên Bang US Patent and Trademark Office (USPTO) cấp cho tổ chức của Ông Cảnh quyền chủ nhân của thương hiệu *"Đại Đạo Tam Kỳ Phổ Độ Toà Thánh Tây Ninh"*[142].

Tháng 5/2018, nhờ tổ chức BPSOS báo tin, đồng đạo ở Mountain View, kết hợp với Khối Nhơn Sanh với Hội Thánh Em Đại Đạo Tam Kỳ Phổ Độ đứng lên, yêu cầu Bộ Thương mại Hoa Kỳ hủy giấy phép tạm cho ông Cảnh.

Vụ ăn cắp danh xưng này đã bị kiện ra tòa. Tổ chức BPSOS đã phối hợp với Thánh Thất Mountain View thu thập các vi phạm của Chi phái Cao Đài 1997 trong hơn 20 năm qua để làm cơ sở pháp lý cho vụ kiện.

Ngày 25/7/2019 Hội Đồng Xét Xử (Trademark Trial an Appeal Board-TTAB) của Bộ Thương Mại Hoa Kỳ ra quyết định chế tài bằng cách hủy bỏ giấy phép tạm thời đã cấp cho ông Trần Quang Cảnh cầu chứng độc quyền: ĐẠI ĐẠO TAM KỲ PHỔ ĐỘ TOÀ THÁNH TÂY NINH như một thương hiệu (Trademark).

Trước cái thảm bại trong âm mưu ăn cắp hoàn toàn căn cước ĐẠO CAO ĐÀI 1926 thì năm 2017, ông Trần Quang Cảnh tổ chức Đại Hội Nhơn Sanh Hải Ngoại 2017 tại Ramada Plaza Hotel số 10022 Garden Grove Blvd, thành phố Garden Grove vào ngày 03-07-2017 nhưng Đại Hội Nhơn Sanh 2017 đã không thành và cuộc biểu tình đã phải dời đến trước tượng Đài Đức Thánh Trần để làm lễ chào quốc kỳ và phản đối sự hiện diện của Cao Đài Quốc Doanh đang có mặt tại Quận Cam.

142 Chứng nhận của USPTO về thương hiệu "Đại Đạo Tam Kỳ Phổ Độ Toà Thánh Tây Ninh".

Chống Cao Đài 1997 trước tượng Đài Đức Thánh Trần

Họp báo tại California (05/2018)

Thất bại trong nhiệm vụ của Chi phái Cao Đài 1997 trao phó chỉ vì ông Trần Quang Cảnh quên lời khuyến cáo của Đức Thanh Sơn Đạo Sĩ giáng cơ ngày 4 tháng 6 năm Mậu Thìn (1928) (TNHT, trang 165): *"Những kẻ nào VÌ TÀ TÂM mà để nhơ bợn Chơn Linh, CHO LŨ TÀ KHUẤY RỐI thì CHẲNG KHI NÀO được trọn tinh thần ngay thật NHƯ XƯA mà dìu dắt ai cho chánh đặng? Phải kể NHƯ KHÔNG CÓ những kẻ ấy trong nền Đạo và coi đó mà GÌN BƯỚC ĐƯỜNG CỦA MÌNH."*

6. Chống đối chi phái 1997

Cho đến nay có hai vụ phản đối Chi phái Cao Đài 1997 bởi chính các chức sắc là :

- *Chức sắc Hiệp Thiên Đài,*

- *Chức sắc của chi phái trả lại áo mão.*

Phán quyết của Hiệp Thiên Đài

Cao Đài 1997 có phải là *Bàng Môn Tả Đạo* không? Câu hỏi đã được trả lời bởi Đạo Nghị Định Thứ tám (1934), điều thứ nhứt: *"Những Chi Phái nào do bởi Đại Đạo Tam Kỳ Phổ Độ làm gốc lập thành mà không do nơi mạng lịnh Hội Thánh, thì cả chúng sanh chẳng đặng nhìn nhận là của Chí Tôn và phải định quyết là Bàng Môn Tả Đạo".* Dựa vào Đạo Nghị Định Thứ tám (1934) này mà các chức sắc Hiệp Thiên Đài đã ra thông báo ngày 26 tháng 11, 2015, có phần phán quyết về Ông Nguyễn Thành Tám, người đứng đầu Cao Đài 1997:

"Hành vi của Đầu Huynh Đạo Sư Phàm Phong Thượng Tám Thanh là nghịch Thiên, phạm Pháp không phải là chức sắc Thiên Phong của Đại Đạo Tam Kỳ Phổ Độ Toà Thánh Tây Ninh nên chúng tôi gọi theo Thế danh Nguyễn Thành Tám không gọi Thánh danh Đầu Sư Thượng Tám Thanh..."

Ngày 26. 11. 2015, Cơ quan Hiệp Thiên Đài ra thông báo xác định rõ tư cách của Cao Đài 1997 là bàng môn tả đạo.

Trang 02 viết:

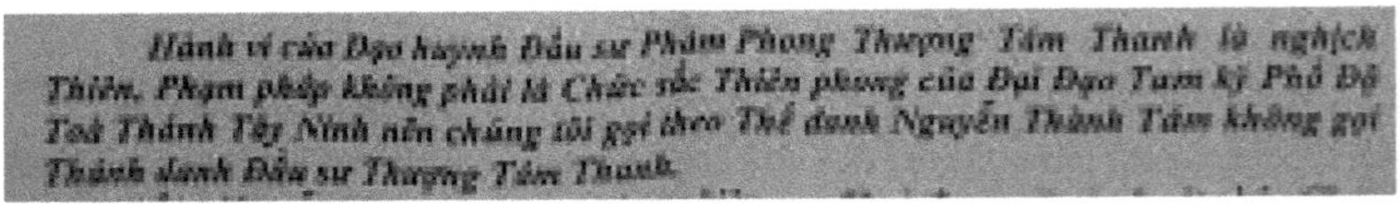

Hành vi của Đạo huynh Đầu sư Phàm Phong Thượng Tám Thanh là nghịch Thiên. Phạm pháp không phải là Chức sắc Thiên phong của Đại Đạo Tam kỳ Phổ Độ Toà Thánh Tây Ninh nên chúng tôi gọi theo Thế danh Nguyễn Thành Tám không gọi Thánh danh Đầu sư Thượng Tám Thanh.

Trang 03 viết:

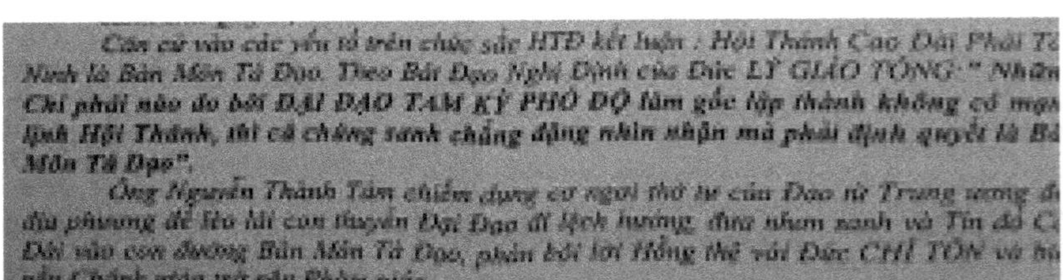

Căn cứ vào các yếu tố trên chức sắc HTĐ kết luận : Hội Thánh Cao Đài Phái Tâ Ninh là Bàn Môn Tả Đạo. Theo Bát Đạo Nghị Định của Đức LÝ GIÁO TÔNG " Nhữn Chi phái nào do bởi ĐẠI ĐẠO TAM KỲ PHỔ ĐỘ làm gốc lập thành không có mạn lịnh Hội Thánh, thì cả chúng sanh chẳng đặng nhìn nhận mà phải định quyết là Bà Môn Tả Đạo".

Ông Nguyễn Thành Tám chiếm dụng cơ ngơi thờ tự của Đạo từ Trung ương đ địa phương để lèo lái con thuyền Đại Đạo đi lệch hướng, đưa nhơn sanh và Tín đồ C Đài vào con đường Bàn Môn Tả Đạo, phản bội lời Hồng thệ với Đức CHÍ TÔN và hủ nền Chánh giáo trở nên Phàm giáo.

Kiến nghị ngày 15. 09. 2017.

Tại trang 10 viết:

> **CHÚNG TÔI XÁC ĐỊNH**. HĐCQ là một chi phái mới phát sinh từ gốc Đạo Cao Đài Tòa Thánh Tây Ninh từ năm 1997.
>
> HIẾN CHƯƠNG 2007: Ban Tôn Giáo Chính Phủ công nhận do Công Thư số 1068/TGCP ngày 08-08-2008.
>
> Hiến Chương 2007 chi phái HĐCQ nâng cấp lên **HỘI THÁNH CHI PHÁI Cao Đài Tây Ninh**. Mọi hoạt động của Chi Phái nầy dựa vào chủ trương, chánh sách pháp luật của Đảng, Nhà nước tại điều 8 Hiến Chương như trên.

Trang 12 viết:

> **- Còn một hành vi đàn áp rất quan trọng của Hội Thánh Phái Cao Đài Tây Ninh.**
>
> Hội Thánh Phái Cao Đài Tây Ninh thống nhất chỉ đạo Ban Đại Diện Hội Thánh tỉnh Tây Ninh ra văn bản số 42/90.BĐD-VT ngày 02-09 Ất Mùi 2015 tương chính quyền các cấp tỉnh Tây Ninh, mục đích tập trung 75 họ đạo lập thành 16 cụm để **đàn áp, khủng bố người Bảo Thủ Chơn Truyền bằng mọi hình thức** tại các lễ tang, thượng tượng ở tư gia.
>
> - Thứ nữa, Hội Thánh phái Cao Đài Tây Ninh chỉ đạo cho trật tự nội ô Tòa Thánh **dùng bạo lực đàn áp Chức sắc Hiệp Thiên Đài Bảo Thủ Luật Pháp Chơn Truyền của Đạo Cao Đài, đóng cửa văn phòng Hiệp Thiên Đài, xua đuổi Chức Sắc Hiệp Thiên Đài ra khỏi nội ô Tòa Thánh.**

Sau khi Chức Sắc Hiệp Thiên Đài của Đạo Cao Đài 1926 ra các công văn nói rõ sự thật thì Cao Đài 1997 trục xuất các chức sắc Hiệp Thiên Đài ra khỏi văn phòng và xóa bỏ văn phòng Hiệp Thiên Đài.

Trả áo mão

Ngày mồng 1, tháng 2, năm Mậu Tý (8-3-2008), bốn vị chức sắc của Hội Đồng Chưởng Quản trả lại phẩm tước, áo mão đem treo lên hàng rào thiêng liêng phía đông khán đài. **Tại sao treo áo mão ở đây**? Là vì nơi đây mới xuất hiện một đàn khỉ đúng như lời tiên tri của Đức Hộ Pháp: *Áo mão đầy rừng trơ mắt khỉ*[143]. Bốn vị trả áo mão là:

143 *Đáng làm môn đệ mới lưu truyền,*
Những kẻ bội sư uổng kiếp duyên,
Đắc thế khua môi đồ phản ác,
Thất thời kín miệng mới hy hiền.
Phướn linh tế chúng chưa nên pháp,

Huỳnh Cẩm Tú trả phẩm Giáo Hữu

Nguyễn Văn Á trả phẩm Lễ Sanh

Phạm Thanh Tùng trả phẩm Lễ Sanh

Nguyễn Thanh Long trả phẩm Lễ Sanh

Người chi phái 1997 (đội mũ bảo hiểm) đến gỡ xuống

Các chức sắc nói lý do trả áo mão là vì Chi phái Cao Đài 1997:

- Hướng dẫn nhân sanh đi về Phong Đô,

- Làm điều tà mị, ám muội,

- Lập phe đảng, bỏ người chân chánh hiền lương, dung người bất lương đi đánh đập đồng Đạo,

---

Dùng gậy xử ma mới có quyền.
Áo mão đầy rừng trơ mắt khỉ,
Cụng đầu Tòa Thánh mới kêu Thiên.
Phạm Hộ Pháp

- Tài chánh bất minh…

Và ngày nay, trong thời gian vắng bóng Hội Thánh, các chức sắc trả áo mão là nghe theo lời dặn dò của Đức Chí Tôn: *" Còn phẩm trật Quỉ vị, nó cũng noi chước Thiên Cung mà lập thành Quỉ vị, cũng đủ các ngôi, các phẩm… đặng đày đọa các con, hành hạ các con, xử trị các con. Cái quyền hành lớn lao ấy, do Thầy ban cho nó, nên đặng quyền cám dỗ các con, xúi biểu các con, giành giựt các con mà làm tay chơn, bộ hạ trong vòng tôi tớ nó."*

Việc trả mũ áo này đã làm cho nhiều Chức Sắc trong Hội Đồng Chưởng Quản suy nghĩ về bài cơ bút sau đây của Đức Thanh Sơn Đạo Sĩ, tiên tri cho hiện tình cơ Đạo hiện nay:

Chừng nào Chi Pháp đã ra đi,
Lúc ấy Đạo trời gặp vận suy.
Chức Sắc chuộng quyền hơn chuộng Đạo,
Nhơn sanh lo cốt chẳng lo bì.
Mão cao dễ rớt nên thành nhát,
Cổ ngắn không kêu phải hóa lì.
Khảo thí lọc lừa trường hắc bạch,
Chung lo hiệp sức thoát cơn nguy.

Kết luận

Ngày 18/9/2020, Ban Tôn giáo Chính phủ đã tổ chức hội nghị để tổng kết 25 năm quản lý nhà nước đối với đạo Cao Đài[144]. Trong vấn đề tổng kết thành quả của quản lý Đạo Cao Đài, Ban Tôn giáo Chính phủ không hề đả động đến các thành quả sau:

144 Theo Ban Tôn Giáo, thành tựu của nhà nước trong quản lý đạo Cao Đài là cấp phép để các cơ sở đạo Cao Đài được phép sửa chữa, xây dựng, các tín đồ đạo Cao Đài tích cực tham gia hoạt động từ thiện, sinh hoạt tôn giáo thuần túy, và phần lớn các chức sắc, chức việc, tín đồ đạo Cao Đài chấp hành pháp luật.

- *Chiến thắng chiếm hữu khoảng 300 Thánh Thất của Cao Đài 1926,*

- *Thành quả của đàn áp các tín đồ tu theo chơn truyền,*

- *Số tín đồ đạo Cao Đài đến nay đã sụt giảm trầm trọng, từ 4 triệu tín đồ trước năm 1975 giảm chỉ còn 2,3 triệu tín đồ vào năm 2010 và đến năm 2019 là 556.234 tín đồ[145].*

Bảng so sánh tình trạng Đạo Cao Đài trước và sau năm 1975

	Trước năm 1975	***Sau năm 1975***
Tôn giáo gốc	Tòa Thánh Tây Ninh là tôn giáo gốc	Không có tôn giáo gốc, tất cả đêu là chi phái bình đẳng
Phong chức	Do cơ bút và Tòa Thánh	Đều do công cử, chức phong phải được nhà Nước chấp thuận
Cơ sở	Tòa Thánh quản lý và tự do xây cất (1)	Nhà Nước quản lý, mọi xây cất phải được cho phép trước
Chi phái	Tự do thành lập chi phái hay tổ chức mới	Cấm dưới hình thức không cấp giấy phép
Hội họp	Tự do hội họp, tổ chức lễ bái	Các hội họp lớn phải xin phép và phải có đại diện nhà Nước tham dự (2)
Cơ quan Ngôn luận	Tự do phát hành tạp chí phổ biến Đạo thí dụ : L'Action indochinoise (1928), Revue caodaïste (1930), Đuốc Chơn Lý (1933), Đại Đạo (1936), Đại Đồng (1938) Tiên Thiên tuyên bố (1938), *Đường sáng* (1948), Đạo *đời (1953), Nhân sinh (1954), Cao Đài giáo lý (1965),*	Đến năm 2014, chỉ có một Tạp Chí Cao Đài duy nhất của nhà Nước

Ghi chú. (1) Thời Pháp thuộc, xây cất cũng phải xin phép nhưng Tòa Thánh cứ xây cất rồi xin phép sau, trước

145 Theo số liệu của Ban Tôn giáo Chính phủ

sự đã rồi nên Pháp phải làm ngơ vì nếu cho phép tức công nhận Đạo Cao Đài.(2) Nếu không có giấy phép mà cứ hội họp, công an sẽ đến làm biên bản hoặc cho côn đồ đến hành hung tín đồ đó là trường hợp đã sảy ra cho các họ Đạo không chịu đăng ký.

TÁC PHẨM CỦA LẠP CHÚC NGUYỄN HUY

Sách đã in

1) Đạo Cao Đài

2023 The philosophy of Caodaism, a bilingual Vietnamese-English edit. Nhân Ảnh XB ☺

2019 Lịch sử Hội Thánh Em, Liên Hiệp Hội Thánh Em xuất bản

2016 Âm Dương Ẩm Thực, TT Seatlle xuất bản

2015 Thiên Thư Tòa Thánh, Viện Nghiên Cứu Đạo Cao Đài USA xuất bản

2005 Le Caodaïsme, Théorie des Trois Trésors et des Cinq Fluides, Chân Tâm

Publisher, California.

1995 Triết Lý Đạo Cao Đài, Minh Thiện xuất bản, Canada.

2) Văn hóa Việt

2024 Đạo Phật XHCN, Nhân Ảnh xuất bản

2023 Văn hóa ẩm thực Việt, Nhân Ảnh XB[146] ☺

2022 Nội chiến văn hóa Bắc Nam 1975-1986 trên đất Việt, Nhân Ảnh XB[147] ☺

146 Bản Anh ngữ : The Vietnamese culinary culture, Nhân Ảnh 2024.

147 GS Vĩnh Thế Lâm, cựu giáo sư ĐH Vạn Hạnh và University of Saskatchewan, chuyển sang anh ngữ dưới tựa đề Cultural Civil War Between North and South

2022 Định hình văn hóa Việt, Nhân Ảnh xuất bản[148] ☺

2022 Chuyện lạ nước Việt, Nhân Ảnh xuất bản ☺

1994 Văn Hóa Việt, Nắng Mới xuất bản, Canada.

1992 Religion et adaptation: les réfugiés vietnamiens au Canada, Université Laval, Canada. *

1990 Fleur de lotus et feuille d'érable, La vie religieuse des Vietnamiens du Québec,

Université Laval, mars 1990*

1988 Exile in a cold land, a Vietnamese community in Canada, Yale Center, U.S.A. *

1984 Les Vietnamiens du Québec: profil sociolinguistique, Centre international de recherche sur le bilinguisme, B.136, Québec

1972 Hiện tình kinh tế Việt Nam, 2 tập, Lửa Thiêng xuất bản, Saigon.

3) Bài khảo cứu

2008 Des poids et des mesures dans les campagnes du Vietnam, École française d'Extrême-Orient, (Institut de Recherche sur le Sud-Est Asiatique, T.2, Paris*

1998 Le *Thờ Mẫu*, un chamanisme vietnamien? Anthropologie et Société, Université Laval, Québec *

1993 De quelques usages du sel dans la culture vietnamienne, Collection Grand Sud N° 4, Prince of Songkhla University, Thaïland

(1975-1986) In Vietnam, NXB Nhân Ảnh 2022

GS Louis Jacques Dorais, professeur émérite của ĐH Laval, Canada chuyển sang pháp ngữ dưới tựa đề Guerre civile culturelle entre le Nord et le Sud au Vietnam (1975-1986), Nhân Ảnh 2023.

148 GS Vĩnh Thế Lâm chuyển sang anh ngữ dưới tựa đề Characterizing the Vietnamese culture, Nhân Ảnh, 2022

1990 Le caodaïsme, Fleur de lotus et feuille d'érable, La vie religieuse des Vietnamiens du Québec, Univertsité Laval, mars 1990*

1987 Les Vietnamiens à Québec et leurs problèmes d'intégration, Centre international de recherche sur le bilinguisme, publication B-164, Canada *.

1985 The survival of the Vietnamese language in Quebec, the Vietnam forum No.6, U.S.A. *

1974 Les marais salants de la province de Bạc Liêu, Société des Études indochinoises, T. XLIX.

1968 Les formations latéritiques à Bình Dương, Société des Études indochinoises, T. XLIII.

1962 Une agglomération de sampans habités à Saigon, C.O.M., T.XV, Bordeaux. *

* Đồng tác giả

4) **Sách song ngữ anh-việt E-book**

Hệ Phái Cao Đài, The Fractions of Caodaism, 278 Trang, Văn hóa Cao Đài, The Culture of Caodaism, 187 trang/ Thiên Thư

Tòa Thánh chú giải, A Holy Book of Caodaism, 147 trang, Lịch sử Cao Đài 1997, 107 trang

Đọc E-book xin vào: daocaodai.info; wordpress.daocaodai-chauau.eu; tusachcaodai.wordpress.com; Lạpchúc nguyễn huy

* Đồng tác giả; ☺ Bán trên Amazon

GIỚI THIỆU SÁCH BÁN TRÊN AMAZON

Mục lục, Dẫn nhập Bài 1. Khái niêm văn hóa, **Phần 1. *Văn hóa thời Hùng Vương,*** Bài 2. Văn Lang-Âu Lạc, Bài 3. Cái váy, Bài 4. Đôi đũa, Bài 5. Chó đá linh thiêng, Bài 6. Trầu cau, **Phần 2. *Hình thành văn hóa Đại Việt,*** Bài 7. Bối cảnh thời Bắc thuộc, Bài 8. Sáng tạo tiếng Hán Việt, Bài 9. Áo yếm, **Phần 3. *Bối cảnh Viễn Đông,*** Bài 10. Đình làng, Bài 11. Cơm làng, Bài 12. Linh hồn con nghê, Bài 13. Thăng Long, Bài 14. Cây nêu, Bài 15. Tết, Bài 16. Bàn thờ tổ tiên, Bài 17. Vái lạy, Bài 18. Cơm Tết, **Phần 4. *Trung tâm văn hóa Huế,*** Bài 19. Huế, Bài 20. Triết lý giáo dục vua Nguyễn, Bài 21. Ngự thiện, Bài 22. Nguồn gốc áo dài, Bài 23. Nón lá, Bài 24. Văn hóa của căn nhà, Bài 25. Cây kiểng,**Thư tịch**

1. The Concept of Culture, **Part 1. Culture of the Hùng Vương Era,** 2. Southeast Asian Culture, 3. The Story of Betel and areca, 4. Skirt of Hùng Vương era, 5. The chopsticks culture, 6. The Sacred Stone Dog, **Part 2. Formation of Great Viet culture,** 7. Chinese Domination Era, 8. Yếm, **Part 3. Far Eastern Field,** 9. The village community hall, 10. Village banquets, 11. The Soul of Nghê, 12. Thăng Long, 3. The Tết Pole, 14 Origin of Tết, 15. Tết Meal, 16. The ancestral altar, **Part 4. Cultural centre Huế,** 17. Huế, 18. Educational philosophy, 19. Royal Meal, 20. Áo dài, 21. Nón lá, 22. The culture in traditional house. 23. Cây Kiểng

---

Mục Lục, Lời nói đầu, **Chương 1. Văn hóa XHCN và sáng tác,** *Chuyện lạ về lãng mạn ..., Chuyện lạ về thơ tình cảm, Chuyện lạ về " Chàng Thơ " ,Chuyện lạ về ca dao ,Chuyện lạ về tà áo ,* **Chương 2. Văn hóa XHCN và giáo dục,** *Chuyện lạ về kỹ sư tâm hồn,Chuyện lạ về gương anh hùng,* **Chương 3. Văn hóa XHCN và lịch sử,** *Chuyện lạ về dâng đất, Chuyện lạ về người đã chết,* **Chương 4. Văn hóa XHCN và tín ngưỡng,** *Chuyện lạ về Đền Hồ, Chuyện lạ về vong hồn của Bác, Chuyện lạ về "ước mơ "của Bác, Chuyện lạ về Ông Trời,* **Chương 5. Văn hóa và kinh tế,** *Chuyện lạ về đạo đức, Chuyện lạ về giết cha, Chuyện lạ về người đầy tớ, Chuyện lạ về giấc mơ*

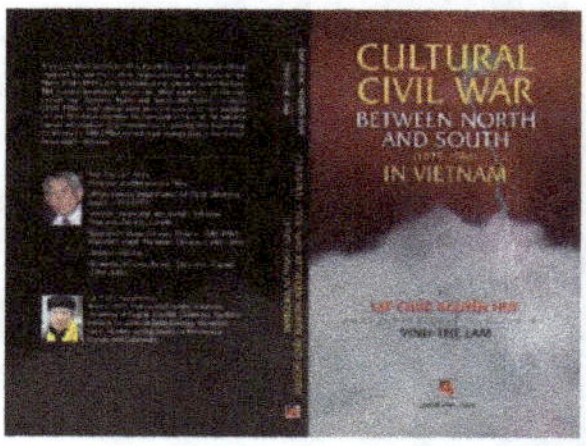

Part 1. *Socialist Culture: Cultural and educational theories,* **1. Theoretical foundation,** Hồ Chí Minh, Trường Chinh, **2. Creation of intangible culture,** Textual literature Poetry and music in the socialist culture, Folk literature, Nhân văn giai phẩm Group, **3. Socialist education,** Theory of socialist education, Leadership training, Soul engineer, **4. Historical role,** Propaganda needs, Serving politics, *Part 2.* Socialist culture*: Infrastructure building,* **5. Socialist infrastructure,** Co-operatives, GBS (Government-based supply regime GBS), Family registry regime, Stamp/fiche regime, **6. Image of a dreamed society**, Documents from the period of government-based organization of GBS, Ordinary daily life, *Part 3. Socialist culture: Collapse,* **7. Northern battlefront,** Abolition of the old culture, Return to the old culture, Changes in the countryside, **8. Civil war " on Paper ",** Book burning and writer's arrest, Activation of cultural laws, Saigon's cultural victory, **9. Civil war "in Sound",** Types of music, Burning of music and inhibition of songs, Victory of the Saigon Bolero sound ,**Bibliography**

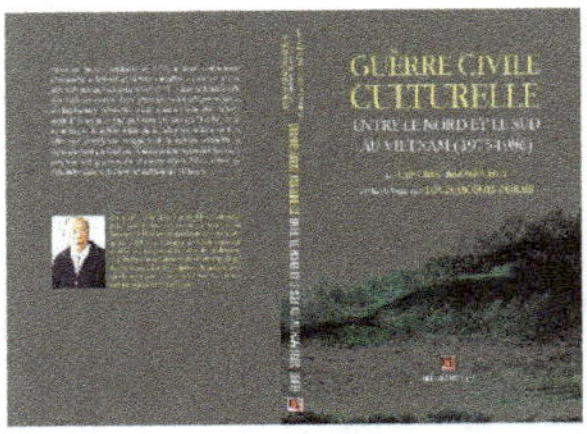

Partie 1. La culture socialiste : théories culturelles et pédagogiques, 1. Fondements théoriques, 2. Créer une culture intangible, 3. L'éducation socialiste, 4. Le rôle de l'Histoire, **Partie 2. Édifier l'infrastructure de la culture socialiste,** 5. L'infrastructure socialiste, 6. Le fantasme d'une société imaginée, **Partie 3. La culture socialiste : l'effondrement,** 7. La ligne de front du Nord, 8. Une guerre civile sur papier, *9. Une guerre civile de l'audition,* La victoire du boléro de Saigon

---

Phần 1. ***Văn hóa XHCN:Lý thuyết văn hóa giáo dục,*** 1. Cơ sở lý thuyết , 2. Sáng tạo văn hóa vô thể, 3. Giáo dục XHCN, 4. Vai trò của lịch sử, **Phần 2.** ***Văn hóa XHCN : Xây dựng hạ tầng cơ sở,*** 5. Hạ tầng cơ sở XHCN, 6. Từ giấc mơ đến hiện thực, **Phần 3.** ***Văn hóa XHCN : Sụp đổ,*** 7. Trận địa tại miền Bắc, 8. Nội chiến " *trên giấy* ", 9. Nội chiến trong *"âm thanh"*, Chiến thắng của âm thanh bolero Sài Gòn, **Phụ lục 1 : Nghĩa quân văn hóa Vũ Hoàng Chương, Phụ lục 2 : Nghĩa quân văn hóa Nghiêm Thẩm**

Dẫn nhập, **Phần 1. Cơm vua,** *Ngự thiện, Khí âm Dương, Nhận diện Khí âm Dương, Khí mùi vị,* **Phần 2. Thực dụng của văn hóa ẩm thực,** *Tạng khí, Cách dùng khí ẩm thực,* **Phần 3. Ẩm thực trong thể tâm linh,** *Cơm cúng,* **Phần 4. Ẩm thực và tôn giáo,** *Cơm chay,* Phụ lục 1. Khí trái cây, Phụ lục 2. Văn hóa trong món ăn, Phụ lục 3. Cơm nhà, Phụ lục 4. Đôi đũa, Phụ lục 5. Các chất phụ gia, Phụ lục 6. Yến tiệc trong cung vua triều Nguyễn, Thư mục

---

Introduction **Part 1. Royal Meal,** *Royal meal, Yin and yang, Identification of the food chi, The chi of flavors,* **Part 2. Practical Use of Culinary Culure,** *Chi of internal organs, Use of food chi,* **Part 3. Culinary Culture in Spiritual Life,** *worshipped meal,* **Part 4. Culinary Culture and Religion,** *Vegetarian meal,* Appendix 1. Chi in fruit, Appendix 2. Culture in meals, Appendix 3. Additives, Appendix 4. Palace feasts under Nguyễn Dynasty, Appendix 5. Vegetables in Vietnamese poetry, Bibliography,

---

Nhân Ảnh
2024

Liên lạc tác giả

Lạp Chúc Nguyễn Huy
2415 Place Lafortune Ouest
ST Laurent, PQ H4M 1A7
Canada
Điện thoại: 438 386 0638
Email: nguyenhuyquebec@yahoo.ca

Liên lạc Nhà xuất bản
han.le3359@gmail.com
(408) 722-5626

www.ingramcontent.com/pod-product-compliance
Lightning Source LLC
LaVergne TN
LVHW010937051026
849532LV00003B/1013